Thơ Say & Mây

thơ say

VŨ
HOÀNG
CHƯƠNG
♦♦♦
MÂY

thơ Vũ Hoàng Chương

Hàng Thị tái bản

2024

Title: Thơ Say & Mây
Subtitle: thơ Vũ Hoàng Chương
Author: Vũ Hoàng Chương
First US Edition 2024
Edited and annotated by Tran, N.K.

ISBN-13: 978-1-949875-32-4
ISBN-10: 1-949875-32-6

Printed and bound in the United States of America

Published by
Hàng Thị
Henrico, Virginia, USA
www.hangthi.com

Cover designed by André Tran

VŨ HOÀNG CHƯƠNG

MÂY

1960

1971

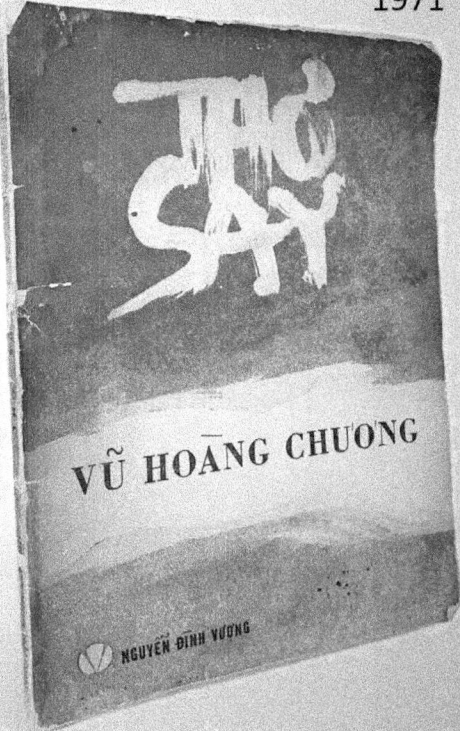

Vào Đây Sẽ Gặp

Hàng Thị tái bản

Lời Nói Đầu

Đây là tập đầu tiên trong dự án in lại và phát hành các thi phẩm của nhà thơ Vũ Hoàng Chương, theo lời ủy thác của Vũ Hoàng Tuân - ông đã giao cho chúng tôi nhiệm vụ tái bản tại Hoa Kỳ tất cả các tác phẩm của thân sinh ông - nhà thơ Vũ Hoàng Chương. Lần lượt, chúng tôi sẽ cho in lại và phát hành các tập kế tiếp, khi thời gian và điều kiện cho phép.

Hai thi phẩm Thơ Say và Mây có thể nói là *quấn quít* nhau như đôi bạn tri âm ngay từ thuở ban đầu. Thơ Say ra đời năm 1940 do Cộng Lực xuất bản tại Hà Nội, và Mây ra đời năm 1943 do Đời Nay xuất bản, cũng tại Hà Nội, nhưng mối giao tình đã hiện rõ khi Mây chứa không ít thơ đã có trong Thơ Say. Năm 1960, cả hai thi phẩm này được chính tác giả tái bản tại Sài Gòn dưới một tên chung là Mây, mà những bài trùng lặp trong Mây được lược đi, chỉ giữ lại trong phần Thơ Say. Năm 1971, hai thi phẩm này lại xuất hiện một lần nữa dưới tên chung là Thơ Say, do Nguyễn Đình Vượng tái bản tại Sài Gòn.

Ở đây, chúng tôi giữ lại đúng hình thức hai thi phẩm cá biệt, *trình bày theo các ấn bản nguyên thủy từ đầu thập niên 40*, có đối chiếu với các ấn bản tổng hợp 1960 và 1971. Chúng tôi chỉ chép theo các bản mới khi có thay đổi và xét thấy bản nguyên thủy đã in sai, còn thì chỉ ghi chú những dị biệt này. Ngoài ra, trong Mây, một số bài thơ có tiêu đề là thi văn cổ của Trung Hoa mà chỉ ghi bằng âm Hán Việt, không có nguyên gốc Hán tự, cũng như có một vài câu thơ dịch từ nguyên gốc Hán thi. Chúng tôi mạo muội ghi lại những câu này bằng Hán tự trong Phụ Lục để tiện việc tra cứu thêm về sau - phần này xin độc giả vui lòng *kiểm lại kỹ* trước khi sử dụng.

Đặc biệt, nhạc sĩ Võ Tá Hân đã phổ nhạc bài thơ U Tình trong Thơ Say, nhưng chỉ phổ biến phiên bản mp3 do ca sĩ Thanh Long trình bày. Ký âm tạm không chính thức cho ca khúc này được in vào Phụ Lục để độc giả có thể "thưởng thức", trong khuôn khổ một ấn phẩm bằng giấy mực.

Không phải là nhà phê bình hay nghiên cứu về thi ca - công việc này đã có các học giả cao minh cùng các nhà khảo cứu có phương pháp, có kiến văn - chúng tôi chỉ làm công việc sưu tầm, sao chép thật cẩn trọng, chỉ sửa các lỗi ấn loát hay chính tả khi thật cần thiết. Mục đích chính yếu là cung cấp cho bất cứ ai cần đến các tài liệu tương đối đầy đủ, đáng tin cậy, để khỏi mai một những di sản quí báu của đất nước..

Ngoài bản in, sẽ có bản điện tử dạng pdf để việc tìm kiếm lời thơ, câu thơ, hay bài thơ được dễ dàng hơn. Nếu tập thơ nhỏ này, ngoài việc thực hiện lời ủy thác của người bạn năm xưa, có giúp ích được bạn đọc nào muốn tìm hiểu thêm về văn nghiệp của một thi hào dân tộc, thì chúng tôi đã vô cùng mãn nguyện.

Trước khi dứt lời, xin nói lên lòng tri ân giáo sư Từ Mai Trần Huy Bích, người đã tiếp hơi cho nguồn cảm hứng và khích lệ chúng tôi trong việc tìm hiểu và sưu tầm thơ Vũ Hoàng Chương, cùng cảm tạ các bạn hữu gần xa đã giúp đỡ rất nhiều trong việc sưu tầm và đánh máy khoảng hơn 15 năm trước đây.

Sau cùng, xin cảm ơn hai bào huynh Ngọc Sách và Trần Ngọc đã không ngừng khuyến khích, cổ động, cùng Mỹ An, người bạn đời, đã tạo mọi điều kiện thuận lợi để một thường nhân như chúng tôi có thể tiếp tục cuộc hành trình tưởng như bất tận này.

Henrico, đầu hạ 2024
N.K

Thơ Say

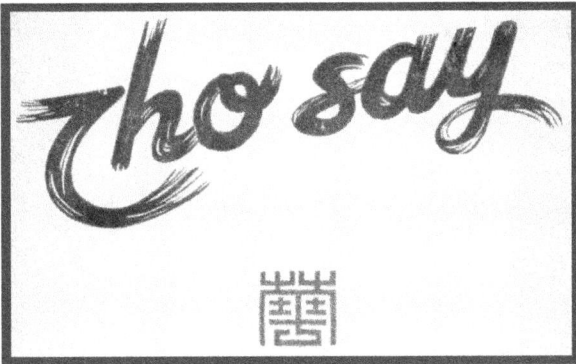

Hàng Thị tái bản

SAY

Say Đi Em[1]

Khúc nhạc hồng êm ái
Điệu kèn biếc quay cuồng.
Một trời phấn hương
Đôi người gió sương,
Đầu xanh lận đận, cùng xót thương, càng nhớ thương.
Hoa xưa tươi, trăng xưa ngọt, gối xưa kề, tình nay sao héo!

Hồn ngã lâu rồi nhưng chân còn dẻo,
Lòng trót nghiêng mà bước vẫn du dương.
Lòng nghiêng tràn hết yêu đương
Bước chân còn nhịp Nghê thường lẳng lơ.

Ánh đèn tha thướt
Lưng mềm, não nuột dáng tơ
Hàng chân lả lướt
Đê mê, hồn gửi cánh tay hờ.

Âm ba gờn gợn nhỏ,
Ánh sáng phai phai dần...
Bốn tường gương điên đảo bóng giai nhân,
Lui đôi vai, tiến đôi chân;
Riết đôi tay, ngả đôi thân,
Sàn gỗ trơn chập chờn như biển gió.
Không biết nữa màu xanh hay sắc đỏ,
Hãy thêm say, còn đó rượu chờ ta!
Cổ chưa khô, đầu chưa nặng, mắt chưa hoa,
Tay mềm mại, bước còn chưa chếnh choáng[2].
Chưa cuối xứ Mê ly, chưa cùng trời Phóng đãng
Còn chưa say, hồn khát vẫn thèm men.

Say đi em! Say đi em!
Say cho lơi lả ánh đèn,
Cho cung bực ngả nghiêng, điên rồ xác thịt
Rượu, rượu nữa, và quên quên hết!

Ta quá say rồi!
Sắc ngã màu trôi...
Gian phòng không đứng vững.
Có ai ghì hư ảnh sát kề môi?

Chân rã rời
Quay cuồng chi được nữa,
Gối mỏi gần rơi!
Trong men cháy, giác quan vừa bén lửa.
Say không còn biết chi đời.
Nhưng em ơi,
Đất trời nghiêng ngửa
Mà trước mắt thành Sầu chưa sụp đổ.
Đất trời nghiêng ngửa,
Thành Sầu không sụp đổ, em ơi!

[1] Trong **Mây**, và chỉ trong lần tái bản 1960, bài này có tựa *Mời Say*
[2] Trong **Mây**, và trong các lần tái bản, in là *chuếnh choáng*

Đà Giang

Cắm thuyền sông lạ một đêm thơ,
Trăng thượng tuần cao sáng ngập bờ
Đâu đó Tầm Dương, sầu lắng đợi,
Nghe hồn ly phụ khóc trên tơ.

Có lẽ ngàn xưa là đáy sông.
Đêm đêm giọt lệ gái xa chồng.
Đè theo đôi tiếng tỳ hư ảo
Dâng tới thuyền ai ngủ bến không

Chén đã vơi mà ngập gió sương,
Men càng ngây ngất ý Tầm Dương.
Gót sen Kỹ nữ đâu bên gối
Tìm ái ân xưa, dễ lạc đường!

Cánh rượu thu gần vạn dặm khơi,
Nẻo say hư thực bóng muôn đời,
Ai đem xáo trộn sầu kim cổ?
Trăng nước Đà Giang, mộng Liễu Trai[1].

[1] chữ Hán là 聊齋 (gian phòng tạm), thường đọc Liêu Trai. Có thể
viết *Liễu Trai* hay *Liểu Trai* - các lần tái bản in là *Liễu Trai*

Lý Tưởng

Chàng họa sĩ hôm nay vừa ném bút,
Bởi vì Mơ và Thực chẳng đi đôi.
Nét hư huyền thấp thoáng ở hồn thôi,
Tài non kém chẳng đem vào lụa được.

Đâu hẳn tội tình chi sơn với thuốc.
Lụa trắng tinh, vải mượt kém gì tơ.
Bút trung thành ngoan ngoãn dưới tay đưa.
Lỗi riêng ở ngón tay trần vụng quá.

Nhạc sĩ với thi nhân đều thế cả,
Dứt hết dây, vò nát mấy mươi trang.
Xấu xa trong vần điệu ý huy hoàng.
Sai lạc nữa lúc phổ vào cung bực.

Hỗ sế tiếng tơ, lời thơ trong đục.
Dẫu êm đềm nhưng chửa thoát phàm thai.
Thanh âm còn mang nặng những trần ai,
Nhắc sao đúng Toàn Hương và Tận Mỹ.

Ôi tài mọn! Si lang buồn lắm nhỉ!
Tình vô biên dành chứa một giai nhân.
Mộng yêu đương ấp ủ quá siêu trần,
Cánh vĩ đại vướng trong lồng Thực Tế.

Hãy trộn lẫn trong men ngàn giọt lệ,
Thi nhân ơi, họa sĩ, hỡi cầm gia!
Để nỗi u buồn thăm kín, bao la,
Lắng trong cốc với chàng Si dại dột.

Bẻ cho nát phím đàn, quăng cán bút,
Xé cho tan, nào giấy lụa, nào tơ.
Đừng ép duyên ngọc trắng với bùn nhơ,
Thân gió bụi trả về cho gió bụi.

Hồn nghệ sĩ vốn từ xưa nông nổi,
Yêu thiết tha, nhưng chẳng chịu thầm yêu.
Kiếm hoài công bày giãi ý cao siêu,
Bằng gỗ lụa trơ trơ bằng thép rắn.

Xin dốc hết nồng cay cho đến cặn,
Uống cho mê và uống nữa cho điên.
Rồi dang tay theo chậm gót Nàng Men.
Về tắm ở suối Mơ, nguồn Tuyệt Đối.

Đàn với bút, tài sơ không chép nổi
Những cao xa để mộng chẳng nên hình.
Hãy còn Men, người vợ góa Lưu Linh,
Đưa lối những chàng say về Lý Tưởng.

                    Hàng Thị tái bản

Chén Rượu Đôi Đường

Đáy sông chìm tiếng sóng,
Lời gió ngủ trên cao.
Quanh thuyền ngơ ngác bầy sao,
Nàng Trăng còn mải xứ nào xe duyên!

Nhưng đêm nay dịu quá,
Không trăng có hề chi.
Say sưa tràn miệng cốc.
Cùng nâng, hãy uống đi!
Trùng lai đâu dễ hẹn kỳ.
Đò ngang một chuyến chắc gì mai sau!

Tối nay còn họp mặt,
Ngày mai đã cách xa.
Vàng xanh thay sắc cỏ,
Tươi úa đổi màu hoa.
Đường trần muôn vạn ngã ba,
Nhớ nhung muốn gặp biết là có nên.

Giờ đây chia đôi ngả,
Sông nước càng tiêu sơ.
Hồn men cay như quế,
Hồn men đắng như mơ.
Đắng cay này chén tiễn đưa.
Uống đi, uống để say sưa ngập lòng.

Cạn đi! và lại cạn!
Say rồi, gắng thêm say!
Bao nhiêu mơ, mà đắng?
Bao nhiêu quế, mà cay?
Đắng cay trút xuống bàn tay,
Nắm tay lần chót, thuyền quay mũi rồi.

Thuyền anh đi thôi nhé,
Xa nhau dần xa nhau.
Tôi về trên lưng rượu,
Đến đâu thì đến đâu.
Có ai say để quên sầu?
Lòng ta lảo đảo càng sâu vết buồn.

Hàng Thị tái bản

Quên

Đã hẹn với Em rồi, không tưởng tiếc.
Quãng đời xưa, không than khóc gì đâu!
Hãy buông lại gần đây làn tóc biếc,
Sát gần đây, gần nữa, cặp môi nâu.

Đêm nay lạnh, tìm em trên gác tối.
Trong tay em dâng cả tháng năm thừa,
Có lẽ đâu tâm linh còn chọn lối.
Để đi về Cay Đắng những thu xưa

Trên nẻo ấy, tơi bời, - Em đã biết -
Những tình phai duyên úa, mộng tan tành.
Trên nẻo ấy, sẽ từ muôn đáy huyệt,
Ái ân xưa vùng dậy níu chân anh.

Không, em ạ, không còn can đảm nữa,
Không! nguồn yêu, suối lệ cũng khô rồi,
Em hãy đốt giùm anh trong mắt lửa,
Chút ưu tư còn sót ở đôi môi...

Hãy buông lại gần đây làn tóc rối,
Sát gần đây, gần nữa, cặp môi điên,
Rồi em sẽ dìu anh trên cánh khói,
Đưa hồn say về tận cuối trời Quên.

Phương Xa

Nhổ neo rồi, thuyền ơi! Xin mặc sóng,
Xô về đông hay giạt tới phương đoài,
Xa mặt đất, giữa vô cùng cao rộng,
Lòng cô đơn, cay đắng họa dần vơi.

Lũ chúng ta, lạc loài, dăm bảy đứa
Bị quê hương ruồng bỏ, giống nòi khinh,
Bể vô tận sá gì phương hướng nữa,
Thuyền ơi thuyền! theo gió hãy lênh đênh.

Lũ chúng ta đầu thai lầm thế kỷ,
Một đôi người u uất nỗi chơ vơ,
Đời kiêu bạc không dung hồn giản dị,
Thuyền ơi thuyền! Xin ghé bến hoang sơ.

Men đã ngấm, bọn ta chờ nắng tắt,
Treo buồm cao cùng cao tiếng hồ khoan.
Gió đã nổi, nhịp trăng[1] chiều hiu hắt,
Thuyền ơi thuyền! theo gió hãy cho ngoan.

[1] Bản nguyên thủy in là *giăng* - các lần tái bản in là *trăng*...

MÙA

tặng em Vân

Dịu Nhẹ

Gợn trắng ngàn mai thoảng dáng xuân,
Màu trinh e lệ gió ân cần,
Mươi bông cúc nõn chờ tay với,
Một chút hoa đào vướng[1] gót chân.

Thuyền nhỏ sông lam yểu điệu về,
Cỏ chen màu liễu biếc chân đê.
Tình xuân ai chở đầy khoang ấy,
Hương sắc thanh bình ngập lối quê.

Nắng nhẹ, mây hờ, sương hơi hơi,
Sương thưa, nắng mỏng, nhạc khoan lời,
Dây đàn chầm chậm hôn trên phím,
Muôn vạn cung "Hồ" lả lướt rơi.

Khói dịu hương êm tản mác đầy,
Tơ chùng điệu thấp, bốn phương say.
Mùa xuân lẳng lặng[2] về không tiếng,
Duyên khép tình e ngậm dấu giầy.

Là ánh trăng non chớm độ rằm,
Xuân là duyên nụ tuổi mười lăm.
Mến thương không ngỏ, Chàng như Thiếp,
Hồn khóa then trinh lặng nhớ thầm.

Hàng Thị tái bản

Tìm chi nao nức giữa mùa tươi,
Xuân chẳng đàn cao ở phím đời,
Rượu ngọt men hiền say chút ít,
Chàng Lưu đừng ngại thiếu Mai Khôi.

[1] Khi đăng trong **Văn Hóa Ngày Nay** số 9 trang 69
và trong lần tái bản chữ *vướng* đã in là *vương*
    Một chút hoa đào vương gót chân
[2] Chỉ khi đăng trong **Văn Hóa Ngày Nay** số 9 trang 69,
hai chữ *lẳng lặng* mới in là *lặng lẽ*
    Mùa xuân lặng lẽ về, không tiếng

Mùa Thu Đã Về

Thu về, mảnh dẻ, bước chân êm,
Mong manh sương thoáng mờ y xiêm.
Gió thơm dẹp lối, xôn xao lá,
Rung hoa, làm gợn nguồn trăng đêm.

Phơi phới lâng lâng đôi gót nhỏ
Xa lạ như muôn đời thượng cổ,
Hoang đường như một giấc chiêm bao.
Không nơi đâu ngăn cấm được Thu vào,
Cho đến tận thâm khuê còn trống ngỏ;
Chân vô ảnh biết chi là cổng ngõ!

Gót sen êm dìu dịu bước như ru
Lời suối êm nhè nhẹ cất như ru,
Gọi trao buồn thoáng sầu vô cớ.
Không thi sĩ cũng nghe lòng rộng mở,
Trái tim nào then khóa với nàng Thu?
Muôn dây đa cảm đều xao xuyến,
Áo mỏng, chân êm Nàng đã đến.
- Chiếc đề cung vừa nhẹ lướt trên tơ. -

Ai rằng Thu khơi nguồn tiêu sơ [1]?
Ta rằng Thu gây mầm tình mơ,
Chính tay Thu gieo rắc mến thương hờ,
Bởi Nàng Thu là chị của Nàng Thơ.

[1] Bản nguyên thủy in sai là *tiên Sơ*, đã đính chánh ở cuối tập

YÊU

tặng Kiều Thu

Yêu Mà Chẳng Biết

Lâu rồi, không nhớ bao nhiêu năm,
Từ độ trông nhau hết lạ lùng,
Từ hôm bên nhau thôi ngượng ngùng,
Từ buổi xa nhau mà nhớ nhung.

Em đã nao lòng, anh mê man!
Đuôi mắt đầu môi tình chứa chan,
Đêm thường mơ đêm, ngày đợi ngày,
Nhưng không hề nói cho nhau hay.

Đôi bên cùng kiêu kỳ như nhau,
E dè như nhau nên nghi ngờ,
Không ai cho ai lời yêu đầu,
Anh làm vô tình em ngây thơ.

Kín tiếng nhưng lòng riêng xôn xao,
Ai thấy phong ba nơi bể hỗn,
Đâu hễ tim rung là tình trao!
Đâu cứ xuân tươi vì hoa đào!

Nhưng ngày theo ngày, đêm sang đêm.
Tháng năm dìu dịu trôi mơ màng,
Tơ buộc sát hơn và liền thêm,
Khăng khít ai chia Chàng với Nàng.

Một bên thi sĩ, bên đa tình,
Đôi tim đóng then mà hớ hênh,
Cả hai sôi nổi, lại si tình,
Đôi hồn kín bưng mà trống trênh.

Gần nhau, làm dáng với làm duyên
Nhưng tuy say mê, còn dối lòng,
Giấu cả đêm thu, lửa giăng trong,
Có ai yêu đương không thề nguyền?

Cùng nín đau buồn khi chia phôi,
Bình thản như quen vì chuyến đò.
Bao phen thổn thức ngừng trên môi,
Có ai yêu đương không hẹn hò?

Gặp nhau, cười thoáng rồi quay đi,
Mừng tủi chan chan mà hững hờ,
Bao phen giọt lệ ngừng trong mi,
Có ai yêu đương không đợi chờ?

Nắng ngả, còn chưa tin là chiều,
Lá đổ, còn "chưa là mùa thu!"
Còn đợi trời phai, chờ sương mù,
Cãi lòng: "Lưu luyến chưa là yêu!"

Mến kín thương thầm, em với anh,
Không hay yêu nhau từ bao giờ,
Chập chờn, bến Thực hay nguồn Mơ?
Hay chính bâng khuâng là ái tình?

Yêu mà còn nghi lòng người yêu,
Đến cả chưa tin mình đương yêu,
Hương tình, ôi! dịu nhẹ bao nhiêu!

Hờn Giỗi

Tối qua em ngồi học,
Lơ đãng nhìn đi đâu,
Dưới đèn, anh thoáng nhận,
Nét mặt em rầu rầu.

"Em buồn?" Anh gặng hỏi,
Mấy lần em chẳng nói.
Rồi, anh không biết vì sao,
Đẩy ghế đứng lên em giận dỗi...

Rũ tung làn tóc, rún đôi vai,
Em vùng vằng,
Ôm sách vở,
Sang phòng bên,
Không học nữa,
Không cho ai vào nữa,
Cũng không thèm nghe nữa,
Lời thiết tha anh van gọi mái ngoài.

Nhưng anh nghe thổn thức
Em khóc trên gối thêu,
Nhưng anh nghe tấm tức,
Em giận hờn bao nhiêu!

Em khóc! Làm sao mà dỗ được?
Nhưng anh còn biết làm sao!
Gọi em, em nhất định,
Không mở khóa cho vào.
Từng giây từng phút lòng anh càng bối rối nao nao.

Anh vẫn nghe tiếng khóc,
Trong vạt áo len hồng.
Anh vẫn nghe tiếng nấc,
Dồn dập trên gối nhung.

Sao em khóc? Vì đâu hờn tủi?
Em buồn, có phải lỗi anh không?
Hỏi em, em chẳng nói,
Mặc anh xô cửa phòng.

Ngoài hiên vắng, gió đưa vàng rụng đến,
Ngọn tường vi, xuống mãi chiếc liềm cong.
Đêm gần khuya, sương đổ,
Anh thấy ướt vai áo.
Anh thấy lạnh trong lòng.

CƯỚI

                    Hàng Thị tái bản

Tối Tân Hôn

Do dự mãi, đêm nay rời xứ Mộng,
Ta chiều em, bỏ cánh lại cung Trăng,
Lén bước xuống thuyền mây chờ cửa động
Vội vàng đi, quên biệt giã cô Hằng.

Gió đêm lồng lộng thổi
Thuyền mây vùn vụt trôi
Đang bâng khuâng, điện biếc đã xa rồi
Giữa lúc tỏa muôn hương đàn sáo nổi.
Ngực sát ngực, môi kề môi,
Nàng cùng ta, nhìn nhau cùng chẳng nói.
Ôm vai nhau cùng lắng tiếng xa xôi.
Nguyệt chẳng phải, Tỳ không, càng không Cầm với Sắt;
Tai dẫu quen mà lạ tiếng tre.
Cung Sế lẫn cung Hồ dìu dặt;
Mình tơ réo rắt
Hồn trúc đê mê
Những thanh âm nhạc điệu chửa từng nghe,
Như đưa vẳng tự vô cùng xanh ngắt,
Đầy nhớ thương, tha thiết gọi ta về.

Gió bỗng đổi chiều, trên táp xuống;
Nặng trĩu hai vai, Nàng cố gượng
Thắt vòng tay ghì riết lưng ta.
Những luồng run chạy khắp thịt da ngà
Run vì sợ hay vì ngây ngất?
Ta chẳng biết nhưng rời tay chóng mặt,
Toàn thân lạnh ngắt,
Thuyền chìm sâu sâu mãi bể hư vô,
Mà hương ngát đâu đây còn phảng phất
Mà bên tai đàn sáo vẫn mơ hồ,

Ngửa trông lên cung Quế tít mù xa
Dần dần khuất,
Dưới chân ta.
Thuyền mây sóng lật,
Không gian vừa sụp đổ chung quanh,
Một trời đêm xiêu rụng tan tành.
Dư hưởng yếu từng giây.
Dư hương dần loãng nhạt,
Trong tay níu đôi thân liền sát.
Nhè nhẹ rơi vào lớp sóng khinh thanh.

Sao lìa ngôi, phương hướng ngã bên mình,
Cơn lốc nổi,
Đờn tiên thôi gọi.
Âm thầm xa bặt tiếng tiêu,
Nhưng mê man say uống miệng người yêu.
Ta cũng như Nàng,
Cảnh mộng chốn Bồng Lai đâu nhớ tới.

Hai xác thịt lẫn vào nhau mê mải,
Chút thơ ngây còn lại cũng vừa chôn.
Khi tỉnh dậy, bùn nhơ nơi Hạ giới,
Đã dâng lên ngập quá nửa linh hồn.

Bức Khăn Mừng Cưới

Giờ đây phu trạm vừa đem,
Bức thư anh gửi mừng em lấy chồng.
Lá thư phấn đượm hương nồng,
Kèm theo một bức khăn hồng anh cho.
Nên quen vì một chuyến đò,
Anh ơi bèo nước hẹn hò chi đâu!
Kẻ xuôi người ngược bấy lâu,
Hằng năm một buổi thấy nhau họa là.
Tình thân sao khác người ta,
Không ai thề thốt sao mà nhớ mong.
Chia tay dù mấy năm ròng,
Xa xôi đâu dám nhạt lòng mến tin.
Ấu thơ buổi ấy đầu tiên,
Trọn đời chưa dễ ai quên được nào.

Từ xưa muốn ngỏ, mà sao
Bâng khuâng, chẳng biết rằng trao gửi gì.
Đến nay gần lúc vu quy,
Gối chăn sắm sửa mang đi theo chồng.
Nhận thư ướm bức khăn hồng,
Em buồn với cả tấm lòng, anh ơi!

Tiểu Đăng Khoa

Tặng Nguyên Dinh Than[1]

Từ đi muôn dặm sầu chơ vơ,
Phương Nam, chân bướm, hằng theo mơ.
Bá cổ, hôm nay mặt nhìn mặt,
Ai xa, ta đợi cho nghe thơ.
Đêm đêm hề gió lạnh,
Nhớ nhung ai hề mong chắp cánh.
Mưa khuya chén rượu say cô đơn,
Lòng vấn vương hoài mưa chẳng tạnh.
Mưa đã tạnh hề nay trăng sáng
Tay lại cầm tay hề vui xiết bao!
Ánh biếc tràn lan [2] đâu đây mây hề quang đãng.
Mừng lại mừng thêm; người bốn phương,
Xênh xang áo gấm về quê hương.
Sắt cầm thỏa nguyện vui cao đường,
Chút mong đừng phụ duyên văn chương.
Trăm thương dù muôn thương,
Chớ như ai an phận hề quên phong sương.
Dặm liễu dừng cương,
Phút giây hề tráng sĩ.
Cố nhân gọi có lời tri kỷ,
Riêng tặng, xin đừng khoe tân nương.

[1] Nguyên tác in không có dấu
[2] Chép theo các lần tái bản - bản 1940 có (dư) thêm một chữ *hề* ở đây

Động Phòng Hoa Chúc

Lìa cõi Mộng, dong thuyền qua bến Tục,
Đoái hoài chi băng tuyết sẽ vùi chôn.
Em khao khát dìu Anh tìm hạnh phúc,
Ở men nồng chăn ấm tối tân hôn.

Đuốc hoa tỏ, xiêm y càng rực rỡ,
Khói trầm dâng son phấn ngát lây hương.
Da thịt cháy, nhưng còn hơi bỡ ngỡ,
Nấp sau rèm tơ lụa mỏng hơn sương.

Vàng di gót, đầy tay châu với ngọc,
Cổ long lanh lòa chói những kim cương.
Nhưng đã biến, trên màu nâu mái tóc,
Vòng linh quang phơn phớt của Thiên Đường.

Rượu hợp cẩn đem theo từ Nguyệt điện,
Mấy vò thơm chuốc mãi tận sông Ngân.
Nhưng đến lúc kề môi trên miệng chén,
Chỉ than ôi nồng cháy những men trần.

Kìa, nệm gối dương chờ ta xô lệch,
Thầm bên tai nhắc gọi phút điên say.
Và đương rụng, giữa luồng trăng[1] chênh chếch,
Cánh hoa tàn sau chót của Thơ Ngây.

Thôi hết nhé! Thỏa đi, niềm rạo rực!
Từ cung trăng rơi ngã xuống trần gian.
Ta sắp uống bùn nhơ, và sự thực
Sẽ mai đây dày xéo giấc mơ tàn.

[1] Chép theo các lần tái bản - bản 1940 in là *giăng*

Đời Còn Chi

Cha mẹ khuất đi lạnh hương khói,
Một chị một em sầu má hồng.
Khuya sớm cô đơn giọt lệ tủi,
Ấu thơ đã trêu gì hóa công?

Thân còn nhờ vả, nói chi phận,
Nhắm mắt vui đâu tình với duyên!
Một sớm thu tàn chị lặng lẽ,
Bước xuống đò ngang không chọn thuyền.

Chị đi lấy chồng, một em khóc,
Bơ vơ đã dễ nào yên thân,
Nay đó mai đây bọt theo sóng,
Đổi nơi nương tựa mấy mươi lần.

Tan tác hoa khô rụng đầy nẻo,
Thu sang... Trăng lạnh mờ đêm sương
Ôi lòng giá băng ngày tháng héo!
Ai xót đời em, ai tiếc thương?

Nhưng chàng đã tới một chiều đẹp,
Rủ rỉ bên tai lời ái ân;
Lan nở hang sâu nụ vẫn khép,
Hồn trinh phong kín trao tay chàng.

Những tưởng yêu thương đến trọn kiếp,
Mong sẽ trăm năm cùng bạc đầu,
Nhờ chàng an ủi nỗi đơn chiếc,
Tấm thân trôi giạt từ bao lâu.

Ai ngờ giữa lúc lửa hương đượm,
Tình em thắm thiết gần si mê,
Tiếng gọi phồn hoa một buổi sớm,
Đã cuốn chàng đi chẳng trả về.

Chàng còn lưu luyến cuộc đời cũ,
Lòng gửi trăm nơi ngàn chốn yêu,
Dẫm lên thề thốt mặc riêng khổ,
Mình em vò võ sầu cô liêu.

Thư chàng không lại cuối rừng thẳm,
Chàng nhớ gì đâu người xa xôi,
Đời em còn có một tia sáng,
Chàng đã đang tay dập tắt rồi.

Mưa ngâu chiều nay càng nặng giọt,
Em không còn lệ chung khóc than,
Người khóc biệt ly khóc xum họp,
Em khóc tình phai khóc mộng tàn.

Thôi hết chờ mong, thôi hạnh phúc!
Ai dễ tìm vui trong lãng quên?
Từ nay sống để nhớ ngày cũ,
Chàng đã bỏ em đời hết duyên.

Họ hàng không phải cưỡng ép nữa,
Lấy ai em cũng sẵn lòng đi.
Từ nay sống để đợi ngày chết,
Chàng đã bỏ em, đời còn chi?

Cha mẹ không còn để phụng dưỡng,
Chị gái theo chồng thân đã yên,
Thương kiếp long đong từ tấm bé,
Giọt tủi rừng sâu riêng khóc em.

Chợ Chiều

Nắng phai để mộng tàn lây,
Tình đi cho gió sương đầy quán không.
Chợ tan, ngàn nẻo cô phòng,
Sầu dâng bàng bạc cánh đồng tịch liêu,
Hồn đơn lắng bước chân chiều,
Đâu đây nỗi nhớ niềm yêu bời bời,
Mong manh tình đã rụng rời,
Tơ vương còn thắt tim người chia ly,
Áo thêu chăn gấm ngày đi,
Lều không quán bỏ, hồn Si: chợ tàn.
Chiều lên từ thuở lìa tan,
Nắng ơi! Lạnh lẽo muôn vàn đuốc hoa.
Hôm hôm cánh rụng lầu ngà,
Một mùa ly biệt đã già nhớ thương.
Xiết bao tươi thắm ven đường,
Thờ ơ chẳng chút dừng cương mấy chiều.
Ái ân sắc lợt hình xiêu,
Song song chiều cũ nay chiều lẻ đôi.
Hoàng hôn là xứ chia phôi,
Vắng tanh quán chợ vài ngôi lạnh lùng.

Hàng Thị tái bản

LỠ LÀNG

Tạm Ghé Thuyền

Hạnh phúc thôi rồi! lạc cánh uyên,
Sông xa buồm chiếc hỏi Đào Nguyên,
Gió cao một sớm rời tay lái,
Đã nửa tuần trăng tạm ghé thuyền.
Mê chút thơ ngây tìm đến trọ,
Nhà em, đâu phải ý trao duyên.
Hây hây xuân chớm hồng đôi má,
Thêm gợi hình xưa kẻ lỗi nguyền.

Buổi tan về học mấy chiều hương,
Ta đón nhìn[1] em nẻo tới trường.
Mộng cũ phai tàn nghe lại thắm,
Ôi người xưa hứa trọn đời thương!
Then châu lầu ngọc giam tình nhỏ,
Riêng trắng lòng ta một bến sương,
U uất sầu đâu bừng nổi dậy,
Thuyền ơi! Neo hãy cắm tha phương.

Ta nhổ thuyền đây, từ giã em.
Ái ân, mồ đắp phía sau rèm,
Mênh mông đâu đó ngoài vô tận,
Một cánh thuyền say lạc hướng đêm.

[1] Trong các lần tái bản, chữ *nhìn* đổi lại thành chữ *chờ*
     Ta đón chờ *em nẻo tới trường*

Tình Si

Lá khô
Rụng
Kín gương hồ.
Sóng
Nhấp nhô...
Mũi thuyền rẽ lá vàng khô,
Sao ngà vụt tự đáy hồ bay lên.
Long lanh giọt lệ tuyết,
Lặng lẽ trôi theo thuyền.
Say sưa hàng lá dang tay đón
Hạt ngọc quỳnh đâu lạc động tiên.
E thẹn sau thuyền sao lẩn trốn,
Ôm hờ lá vẫn dõi theo bên...
Bẽ bàng, lá vẫn theo bên,
Si tình, lá vẫn theo bên,
Thuyền trôi vẫn quyến sao đêm,
Hào quang vẫn ngủ êm đềm trong mơ,

Sóng
Nhấp nhô...
Lá khô
Rụng
Kín gương hồ.

U Tình[1]

Anh biết em từ độ,
Em mới tuổi mười hai,
Anh yêu em từ thuở,
Em còn tóc xõa vai.

Tháng ngày đi mau quá,
Chốc đã sáu năm trời,
Tình anh vẫn chưa hiểu;
"Chưa", là "không", em ơi!

Em vẫn tin anh lắm,
Em vẫn mến anh nhiều,
Nhưng em tin em mến,
Đâu phải là em yêu.

Trái tim hờ hững ấy,
Đâu thổn thức vì anh.
Anh cũng không hề muốn,[2]
Van xin một ái tình...

Cho nên dòng lệ tủi
Thấm ướt những trang đời.
Xóa nhòa hy vọng cũ,
Hoen ố cả ngày mai.

Lòng anh dần uống cạn
Đến giọt cuối yêu đương.
Chỉ còn của dĩ vãng
Một dư vị chán chường.

Hôm qua tình đã chết,
Anh đã chôn nó rồi.
Anh khóc vì chôn nó
Là chôn cả một đời.

Nhưng anh không đào huyệt,
Không vùi đất như ai,
Cũng không mua vải liệm,
Cũng không mua quan tài.

Anh chỉ đem chôn nó,
Với nỗi niềm chua cay,
Từng mảnh từng mảnh một
Trong mấy vần thơ đây.

Rồi một chiều xuân thắm,
Say hạnh phúc lứa đôi,
Vô tình em có nhớ
Đến người cũ xa xôi,

Mong em thu nhặt giúp,
Đôi tay dù hững hờ,
Mong em vì hắn lượm,
Những mảnh tình bơ vơ.

Chắp lại và thương xót
Dành cho một nấm mồ.
Ở nơi dù hẹp nhất,
Của lòng em say sưa.

[1] Bài thơ này đã được nhạc sĩ Võ Tá Hân phổ nhạc, xin xem ký âm tạm
ở phần Phụ Lục.
[2] Trong các lần tái bản, chữ *muốn* đổi thành chữ *chịu*
    Anh cũng không hề chịu

Lo Sợ

Trên lớp sóng mây viền ánh sáng,
Con thuyền trăng bạc lững lờ trôi.
Đêm nay bánh lái trầm hương lỏng,
Không biết ai trêu tháo trộm rồi.

Đem giấu cả bơi chèo gỗ quế,
Để Hằng Nga sợ nép trong khoang;
Gió khuya lồng lộng từ muôn hướng,
Xô chiếc thuyền cong dọa mãi Nàng.

Biển mây sóng nổi càng to gấp,
Bọt trắng dâng lên quá mạn thuyền.
Vũ trụ say nhìn trăng lảo đảo,
Chừng e sóng lật cướp người tiên.

Chậm Quá Rồi

Mãi hôm nay lá úa ngập lòng ta,
Lệ ngâu đã bắt đầu gieo thánh thót,
Sen từng cánh với sương trinh từng giọt,
Bắt đầu rơi; thu đã tới lòng ta!

Mãi hôm nay, ôi nửa kiếp trông chờ!
Nàng mới đến, tay chèo khua nhẹ sóng,
Tóc trễ nải trên lưng còn bỏ thõng,
Vòng hoa đào ôm lệch trán ngây thơ.

Mãi hôm nay một buổi sớm thu mờ,
Nắng đã tắt nơi lòng ta lạnh lẽo,
Hương đã nhạt mà hoa dần đã héo
Còn chi đâu nồng thắm để yêu mơ!

Có ai đem xây đắp một ban thờ
Với những mảnh bình tan trâm gẫy nát?
Có ai tặng để cho người đỡ khát,
Một vò không, hay một trái tim khô?

Bao nhiêu năm, tưởng đã phí công chờ,
Ta xé vụn ân tình gieo rắc mãi,
Nay dẫu muốn thu về khâu chắp lại,
Cũng không sao toàn vẹn được như xưa!

Lòng ta ơi! xin trở lại bên mồ,
Để thương xót những hoa tàn lá rụng;
Và đôi cánh vô duyên, đừng mở rộng,
Đón đưa người Nhan sắc đến lầu thơ.

Kìa, đã thôi rún rẩy cặp vai ngà,
Nàng quăng mái chèo đi rồi đấy nhé,
Tay đương vẫy, miệng nhung đào sắp hé,
Bốn trời sương sắp vọng bốn tên ta,

Lánh đi thôi, Nàng đã bước lên bờ!
Giấu đi nữa, cả không gian sầu muộn,
Ta chẳng nỡ, trời ơi, ta chẳng muốn,
Của lòng ta Nàng đến lúc thu sơ.

Cánh Buồm Trắng

Đằng xa mây tán loạn,
Gió bắc thổi không ngừng
Rặng núi còn đâu nữa
Dải lụa quấn ngang lưng.

Mặt trời xuống bụi trúc,
Mây nhẹ đua nhau trôi;
Tiếng trống trên chòi huyện
Thu không đã đổ hồi.

Ánh vàng lây lứt vướng
Trên đồng lúa bao la;
Màu tím hồng tan nát
Từng mảnh trên sông Đà.

Dưới chân sóng nức nở,
Ta ngồi nghe buổi chiều.
Bên tai gió nức nở,
Ta ngồi mong người yêu.

Một cánh buồm vải trắng
Trôi theo nước lững lờ;
Từ khoang thuyền lanh lảnh
Tiếng hát bổng cao đưa.

Cánh buồm ngày một nhỏ,
Tiếng hát ngày thêm xa,
Ta nhìn theo không chớp,
Ta lắng mãi lời ca.

Phải đương đầu với gió,
Phải bơi ngược dòng sông,
Tiếng ca dần đuối sức,
Còn thoi thóp não nùng.

Rồi sau chìm tắt hẳn,
Như ánh nắng chiều đông
Đã tắt trên đầu núi,
Đã chìm trên mặt sông,

Rồi từ cao ập xuống
Rồi từ xa dồn về
Bóng đêm dần chiếm cứ
Tràn ngập nơi thôn quê.

Nhưng trong khung cảnh vật
Cứ từng phút tối hoài,
Xa xa cánh buồm nhỏ
Màu trắng vẫn chưa phai.

Nào tím, vàng, lá mạ
Với hồng, tía, còn đâu!
Chỉ còn một điểm trắng
Hấp hối trong đêm sầu.

Em ơi! ta trằn trọc,
Khắc khoải đã bao đêm,
Nhớ mong, rồi ngờ vực
Đến cả tấm tình em.

                    Hàng Thị tái bản

Vì những điều mơ ước
Của tuổi trẻ yêu đời,
Thắm tươi như ánh nắng,
Đã phai rồi, em ơi!

Giấc uyên ương liền cánh
Mộng trăm năm lứa đôi,
Êm đềm như tiếng hát,
Đã tan rồi, em ơi!

Trong lo buồn chán ngán
Trong hoàn cảnh éo le
Tuy ta còn nhận rõ
Lòng em yêu xưa kia.

Nhưng mai ngày, bóng tối
Sẫm mãi trên đường đi;
Biết đâu còn có nữa
Lòng em yêu xưa kia.

Ta đâu còn giữ được
Lòng em yêu như xưa;
Em ơi cánh buồm trắng
Sắp biến trong đêm mờ!

Vườn Tâm Sự

Tặng N.H.

Một dĩ vãng tràn thơ và đẫm lệ,
Những u hoài chôn kín tận thâm tâm,
Anh dùng dắng, mãi chiều nay mới kể,
Mặc dầu em thúc giục đã bao năm.

Vườn tâm sự sắc hương nào có thiếu,
Nhưng hương tàn trong nhị, sắc trên hoa,
Đây đó, ngủ âm thầm muôn cánh héo,
Nụ cười tươi tan tác, phấn son nhòa.

Đây chiếc tổ, chim không nhìn nhận nữa,
Để buồng rơm mục nát giá hơi may.
Kia, ủ dột đôi ba mồ lá úa
Ngổn ngang nằm thoi thóp dưới chân cây.

Hãy nín thở đi em, và rón rén
Kẻo bước chân xô giạt những hồn thơm
E tiếng nói sẽ làm kinh động đến
Của thời xưa niềm thương nhớ yêu đương

Hãy đứng lại trầm ngâm bên mộ lá,
Hãy nâng niu từng cánh rụng đài sơ,
Nhưng chớ hỏi bướm vàng đâu vắng cả,
Cùng chim xanh thôi hót tự bao giờ.

Chớ căn vặn: buồng rơm sao bỏ trống?
Mà uyên đi có hẹn trở về chăng?
Cũng đừng nhắc: phiến gương hồ ảo mộng,
Còn hay thôi ngời tỏ dấu sao Băng?

Hãy yên lặng nhưng trông tìm hãy khắp,
Hiểu cho xa và cảm nữa cho sâu,
Rồi em sẽ thấy lòng thơ tràn ngập
Sóng buồn thương xô đến tự đâu đâu.

Từng bước đã theo anh vào quá khứ,
Hãy theo anh từng bước lặng ra về.
Đó, hết thảy, em ơi, đời tâm sự,
Vui gì đâu mà em cố đòi nghe!

Trời xuân quang đãng ngoài kia,
Giấu nhanh giọt lệ ra về thôi em.
Lần sau muốn lại vào xem,
Đừng quên khẽ tiếng và êm gót giầy,

Bước chân lời nói thơ ngây,
Nếu làm xao động những ngày tháng qua,
Thì anh đóng cửa vườn hoa;
Thôi không kể nữa đâu mà, nghe em!

Bạc Tình

Hoa trắng đầy mồ;
Não nuột tiếng ai vừa khóc?
Sương vẩn đục,
Khói mơ hồ,
Nhìn quanh: chiều xám với tha ma!
Vắng tanh! Ôi, chiều nơi tha ma!
Nhưng đâu đây ai khóc? gần hay xa
Mà thảm thiết? Hay Thu vừa nức nở?
- Không, không phải giọng hờn trong Sắc úa,
Không! cũng không âm nhạc của Màu phai.
- Tiếng mùa thu ta lắng đã quen tai! -
Nhưng gió tắt mà sao còn động cỏ,
Hoa lung lay, vật vã nắm hương tàn?
Hay tiếng khóc dâng lên từ đáy mộ,
Của muôn đời chưa nín hận lìa tan?

Ngậm ngùi u uất
Não nuột than van
Oán thương chi mà cay đắng muôn vàn?

Ta chẳng biết, nhưng ai mà biết được
Chân đứng lại hồn trôi vào thuở trước,
Tưởng chừng nghe thánh thót lệ người xưa,
Hán Minh Phi muôn dặm đất Thuyền Vu,
Tiếc cung điện Trường An còn nức nở;
Ai vụng tính để cung đàn lỡ dở,
Ai quên lời sai hẹn lúc chia tay!
Mắt mòn trông, ải Nhạn khói mây đầy!

Ngậm ngùi u uất
Não nuột chua cay
Oán thương chi mà xương máu tràn đầy?
Sao tiếng khóc còn dâng thê thiết mãi?
- Bóng chiều buông đã lạnh kín tha ma! -
Từ cõi âm còn vẳng đến lòng ta
Niềm di hấn[1] của ai người bạc mệnh.

Tay run rẩy, nhưng không vì gió lạnh,
Bỗng để rơi trên cỏ nắm vàng hương;
Ta vừa thấy một linh hồn mỏng mảnh
Níu vai ta đòi trả lại yêu đương.

Lòng chơ vơ rùng rợn nỗi kinh hoàng
Lời cay đắng tưởng vô cùng bất tuyệt,
Ngậm ngùi thống thiết
Rầu rĩ thê lương
Tiếng nức nở trên vai nhường rỏ huyết
Niềm oán hận càng nghe càng rõ rệt,
Ôi, trăm đau nghìn tủi quá bi thương!

Chiều hôm nay ta viếng mộ một tình nương

[1] Không rõ là gì, mọi bản (1940, 1960, 1971) đều in là *di hấn* - trừ **Ta
Đợi Em Từ Ba Mươi Năm** (1970) đổi lại thành *di hận* (遺恨, nguyện
vọng mà đến lúc chết vẫn chưa đạt được). Nếu giữ là *di hấn*, chỉ có thể
đoán là 遺璺 (thường đọc là *di vấn*, là vết hay việc rạn nứt xưa cũ, dù
chưa hoàn toàn tan rã)

LẠI SAY

thơ Vũ Hoàng Chương trang 46

Hàng Thị tái bản

Nghe Hát

Tặng Vương Toàn

Phách ngọt, đàn say, nệm khói êm,
Tiếng ca buồn nổi giữa chừng đêm.
"Canh khuya đưa khách..." Lời gieo ngọc;
Mơ gái Tầm Dương thoảng áo xiêm.
Ai lạ nghìn thu, xa tám cõi,
Sen vàng như động phía châu liêm.
Nao nao khói biếc hài thương nữ;
Trở gối, hoa lê rụng trắng thềm.

Chết Nửa Vời

Bước đã mỏi mà trông càng đã mỏi,
Ta dừng chân nhắm mắt một đêm nay;
Thả chiếc bách không chèo trên bể khói,
Mặc trôi về đâu đó nước non say.

Kìa một cõi trăm hình muôn vạn tiếng
Đương dần phai dần hiện, tắt rồi vang.
Ta cố gọi những giác quan lười biếng
Để ghi cho hậu thế phút mơ màng.

Nhưng vũ trụ hư huyền tuy rộng mở,
Ta đê mê, cảm được chút[1] gì đâu!
Hồn với xác chỉ còn thoi thóp thở,
Trong hai bàn tay sắt bọc nhung nâu.

Bản nguyên thủy in sai là *phút*, đã đính chánh ở cuối tập

Nhớ Quê Nâu

Một trời nâu ngát khói lung lay,
Đôi má huyền thơm mọng ý say,
Quê mướn tình thiêng hai nỗi nhớ,
Hồn đơn trên gối một phương bay.
Hỡi ơi! Nguồn máu nghe xao xuyến,
Ai thắt trên lòng những ngón tay?
Lưu Nguyễn khi xưa từng phụ bạc,
Thiên Thai đòi mãi đứa con vay.
Mênh mông gió bụi, về chi được
Cõi Nát Bàn xưa ngủ đắng cay.
Da thịt bâng khuâng hồn phách lả,
Nhớ quê sầu trắng một đêm nay.

Con Tàu Say

Tặng Duy Linh

Khói tuôn mờ trắng đêm sâu,
Men rừng say một con tàu ngả nghiêng.
Lắng tai, nhịp sắt liền liền;
Đường sương nổi dậy ưu phiền dưới chân.
Còi khuya vọng mãi tiếng ngân,
Lao đao, núi thẳm cây gần tương tư.
Tha phương đã réo mong chờ,
Con tàu luân lạc đêm mờ còn say;
Rượu ngon chở mấy toa đầy,
Bánh xe muôn dặm còn ngây hương rừng.
Giữa đêm, cây núi chập chừng,
Non sông chếnh choáng[1] biết dừng nơi nao!

[2] Các lần tái bản in là *chuếnh choáng*

Hàng Thị tái bản

Hận Rừng Mai

Tặng Dương Tuệ

Ngàn mai lối tuyết đêm đông lạnh,
Hai gã say sưa lạc nẻo về;
Đắm giấc mơ tình trên nệm tuyết,
Quanh người âu yếm lá mai che.

Phấn hương đờn sáo khi tàn mộng
Dìu dặt như còn vướng gốc mai.
Gối tuyết lạnh lùng thêm cợt nhắc
Màu da ngà nõn cánh tay ai.

Hôm nay khắc khoải hồn xuân muộn!
Chán nản vào sâu tận đáy tim.
Nhớ tiếc, hai chàng theo dấu cũ,
Mong cùng sống lại giấc mơ tiên.

Hỡi ơi! Chỉ thấy màu hoa úa,
Trăng hạ tuần soi lối mấp mô!
Lệ tuyết âm thầm tuôn đã cạn,
Rừng mai xơ xác nằm xương khô.

Tuyết tan mai rụng còn đâu nữa?
Dĩ vãng tìm đâu một chút ghi!
Chăn gối đêm xưa, nơi vực thẳm
Điêu tàn, mang cả ái ân đi...

- Về thôi với cuộc vui quần chúng,
Tiệc yến phù hoa lộng lẫy xưa,
Với những tình yêu đầy vật chất,
Mê man giả dối xót thương vờ.

Mai Tuyết là hai Nàng bạc mệnh,
Lấy xuân làm mộ, nắng làm tang.
Nâng niu đưa tới nguồn say đắm,
Chỉ một đêm đông gió phũ phàng.

Sai Lạc

Nao nao tiếng sắt dội trên đường;
Sầu chở đầy xe nẻo cố hương,
Đá gập ghềnh nghiêng đôi bánh gỗ;
Tre làng mươi đảo biếc trong sương.

Dĩ vãng mơ hồ sau khóm tre,
Đâu đây trường học trống tan về,
Bờ ao gợn đỏ màu hoa sắn;
Kỷ niệm khơi cùng vết bánh xe.

Bâng khuâng vòng sắt nặng nề quay,
Vang bóng thời xưa tản mác đầy;
Sông ngủ hoàng hôn, lều đượm khói,
Men chiều nghiêng ngả chiếc xe say.

Lưỡi tê thành bại đắng giang hồ,
Bánh lệch thăng bằng lối mấp mô.
Nao nức thăm quê sầu chểnh mảng,
Phong trần sai nhịp với ngây thơ.

Chân Hứng

Tặng Chân Liên

Từ thuở chàng say ôm vũ trụ
Thu trong bầu rượu, một đêm trăng,
Nhảy xuống muôn trùng sông quạnh quẽ
Đem theo chân hứng gửi cô Hằng,

Chừng như Thơ náu mãi cung tiên
Lóng lánh canh khuya bạc cạnh thuyền;
Không đoái hoài chi dương thế nữa,
Nhạc trần tơ phím mãi vô duyên.

Bữa tiệc phàm phu, ai đáng mặt
Nối bài Dâng Rượu thuở xưa đâu!
Trích Tiên đã khuất, đời ai kẻ
Tìm thấy trong men ý nhiệm mầu?

Chếnh choáng[1] đêm nay ta buộc ngựa,
Ven rừng hiu quạnh suối cô liêu.
Xốn xang mạch máu ngàn thương xót;
Tài nghệ bao đời có bấy nhiêu!

Ngựa ơi! Hãy nghỉ chân cuồng khấu
Cho thỏa lòng ta nỗi khát khao!
Ta chẳng mò trăng như Lý Bạch
Nhưng tìm thi hứng mất đêm nao...

Tinh hoa thuở trước xô về đọng
Ở phiến gương vàng một tối nay.
Ta lặng buông thân, trời lảo đảo,
Mơ hồ sông nước choáng men say...

Hỡi ơi! Lầu Nguyệt té xiêu rồi!
Từng mảnh thơ ngà tan nát trôi,
Hồn cũ Thịnh Đường muôn nẻo sáng,
Ta ghì hư ảnh chút mà thôi.

[2] Các lần tái bản in là *chuếnh choáng*

Hơi Tàn Đông Á

Tặng Lưu Trọng Lư

Phơi phới linh hồn lỏng khóa then
Say nghe giọt nhựa khóc trên đèn
Mê ly, cả một trời Đông Á
Sực tỉnh trong lòng nấm mộ đen.

Đáy cốc bao la vạn vực sầu;
Ngai vàng Mông Cổ ngự đêm nâu.
Hãy nghe bão táp trong cô tịch;
Vó ngựa dân Hồi dẫm đất Âu.

Thuyền chiến nằm mơ cuộc viễn chinh,
Buồm neo rời rạc bến u minh.
Đâu đây quần quại trong làn khói
Lớp lớp uy nghi Vạn Lý Thành.

Thuốc cháy âm thầm hãy lắng tai;
Phương Đông là một tiếng than dài.
Bao nhiêu năm đã từng oanh liệt,
Bốn bể quy hàng nép dưới ngai.

Nhựa chín dần trên ngọn lửa đào,
Ngược giòng năm tháng khói lên cao.
Hương thiêng rẽ lối, đôi bờ mộng
Cung các vàng son một thuở nào.

Gối nệm lênh đênh xác thịt hờ,
Thuyền say một cánh lướt giòng Thơ.
Trăng hiu hắt ngủ đêm khuya rợn,
Sương khói Phù Dung ngập bến bờ.

Thế kỷ huy hoàng của Á Châu
Hiện về trên gối một đêm nâu.
Mây xanh cánh rộng ai mơ đó,
Hồn có tiêu tan vạn cổ sầu?

Hàng Thị tái bản

Mây

Tặng Vân, Em Gái

VŨ
HOÀNG
CHƯƠNG
* * *
MÂY

Hàng Thị tái bản

Cảm Thông

Tri ngã giả, kỳ tại thanh
lâm hắc tái gian hồ.
Bồ Tùng Linh [1]

Đã lâu, trăng cứ tuần trăng sáng.
Hoa cứ mùa hoa dậy sắc hương.
Phai, thắm, đầy, vơi, hờ hững nhịp;
Vô tình lui tới lớp tang thương.

Triều đại hưng vong, đều tiếng quốc.
Duyên tình quên nhớ, giỡn hoàng ly.
Trắng đen thề nguyện, trầm lên vút.
Cao thấp sầu vui, phẳng trúc ty.

Ai thấy não nề trên lá thắm
Buồn ai cung nữ lạnh chia phôi?
Nào ai linh cảm màu sông trắng
Hận kẻ ôm thuyền khóc lứa đôi?

Khí thiêng chừng sớm lìa nhân thế.
Dương thịnh rồi chăng? Âm đã suy?
Quạnh quẽ thu phần thơ bặt tiếng,
Lầu hoang chìm cỏ dấu hồ ly.

Còn đâu thuở ấy niềm khăng khít!
Quỷ với người chung một mái nhà,
Trăng bạn, hoa em, trầm mối lái,
Đèn khuya dìu dặt bóng yêu ma.

Dăm gã thư sinh vừa lạc đệ,
Mươi nàng xuân nữ sớm chìm châu,
Cảm thông một phút bừng ân ái,
Miếu nguyệt vườn sương gặp gỡ nhau.

Âm Dương kề sát đôi bờ suối,
Vạn dịp[2] cầu tơ chắp ý duyên.
Xao xuyến muôn loài thơm nhạc sống;
Gỗ nào danh sĩ? đá, thuyền quyên?

Tương tư, có nghĩa gì non ải?
Gác trọ buồng[3] khuê một nỗi hàn.
Trang sách chập chừng, run lửa nến,
Hài thêu nâng gọi, ngắn không gian.

Hỡi ơi! dâu bể mòn thương nhớ
Gỗ đá còn trơ gỗ đá thôi!
Lớp lớp biên cương, tình chật hẹp,
Mùa xưa thông cảm đã qua rồi.

Qua rồi thuở ấy tình sâu nặng:
Trăng mới cuồng si nụ bán khai.
Ta nhớ tiền thân, phòng lại ngỏ...
Giấc hồ thơm tóc gái Liêu Trai.

[1] Trong bài tựa quyển tiểu thuyết **Liêu Trai Chí Dị**, Bồ Tùng Linh đã
kết bằng câu này, nghĩa là
      Biết ta ai hỡi, có chăng nơi ải tối, rừng xanh.
Trong bài *"Xuân chợt lòng thu"* tưởng nhớ Đông Hồ, Vũ Hoàng Chương
ghi chú hai câu thơ của Đỗ Phủ tưởng nhớ Lý Bạch (xin xem **Ta Còn Để
Lại Gì Không**, thơ Vũ Hoàng Chương, Hàng Thị xuất bản 2023):
      Hồn lai phong lâm thanh
      Hồn phản quan tái hắc

Trong các lần tái bản
[2] chữ *dịp* sửa thành *nhịp*
      Vạn nhịp *cầu tơ chắp ý duyên*
[3] chữ *buồng* sửa thành *phòng*
      Gác trọ phòng *khuê một nỗi hàn*

Đậm Nhạt

Da thịt đìu hiu rợp bóng mây.
Sương lam mờ cỏ gió vàng cây.
Song sa nắng xế dần ân ái,
Lạnh cả mùa xưa nguyệt mái Tây.

Nẻo ngắt chiêm bao: nhịp rụng đều;
Tâm tư ngờ chạm bước hài thêu.
Tiền thân nửa gối, vườn mưa lá,
Vết cũ phong sầu đậm nhạt rêu.

Tình chủng bơ vơ, độc viễn hành.
Nàng Thôi thôi đã...! Hết Oanh Oanh!
Gót sen chùa cổ đêm trăng ấy
Vọng thấu luân hồi nhạc mỏng manh.

Mùa nhớ thương sang, mộng nõn nà.
Tình anh nghìn kiếp thoáng dư ba.
Hồn ai xác mới nghe thoi thóp
Vang bóng hài xiêm chuyển thớ da.

Đêm Đông Xem Truyện Quỷ [1]

Ngõ nhớ hoa vàng, gác nhớ trăng,
Chiêm bao rợn tuyết, gối ngờ băng.
Sương vây bể xám, lòng hoang đảo
Nằm hấng thơ mưa độc vận bằng.
Phới gót, mùa say về, ẩn hiện
Giữa đôi giòng chữ sách Khiêu Đăng.
Xôn xao vò nậm bừng hương cúc,
Thu nhập hồn men cựa đó chăng?

[1] Trong các lần tái bản, bài thơ này có tựa *Xem Truyện Quỷ*

Nửa Truyện Hồ Ly

Giàn dưa mưa lất phất,
Mênh mông sầu xứ đêm dài...
Hư vô động tiếng giầy ai?

- Mình ta! Buồn dặc dặc,
Say giữa hai tờ Liêu Trai!
Rún rẩy, hoa đèn rung ngọn bấc,
Không gian đàn mãi tiếng giầy ai!

Dẫu cạn lưng chừng phao,
Sợi nhỏ thon mềm dáng liễu;
Hài son phơi phới lửa đào,
Khói biếc màu xiêm yểu điệu...

Ai đó? Phải chăng hồn Cỏ Cây?
Bấc thơm dầu quánh nhựa hây hây,
Dẫu vơi bấc mỏng manh gầy,
Bước chân nào bợ ngợ?
Hoa đèn lung lay.

Ai đó? Phải chăng hồn Cỏ Cây?
- Mộ vắng lầu hoang ngơ ngác sợ, -
Cùng đêm nương về đây,
Cùng mưa vương về đây,
Nửa truyện Hồ Ly trang sách dở,
Lung linh tiếng giầy.

Tình Liêu Trai

Liệu ưng yếm tác nhân gian ngữ
Ái thính thu phần quỷ xướng thi
Vương Ngư Dương

Quê Nàng xa lắm, tận phương Đông,
Mãi xóm bình minh dậy lửa hồng;
Vóc liễu, y thường hoa phấp phới,[1]
Trùng dương ngàn dặm, nhớ mênh mông.

Chưa gặp bao giờ, ta đã mê!
Này đêm trăng thiếu, rượu xa về...
Có ai ngăn bước cầm tay nhủ:
"Xá muội tình sâu chớ lỗi thề!"

Lời nói như làn hương thoảng đưa,
Sóng trăng gờn gợn chút âm thừa:
Liêu Trai nghi hoặc người trong truyện,
Hay đó tình duyên một kiếp xưa?

Rượu ngấm, say nằm dưới gốc mai.
... Khói sương tha thướt áo bay dài...
Đê mê, trở gối..., ồ trăng lặn!
Rêu biếc còn ghi nhẹ dấu hài.

Nẻo mặt trời lên thoảng dáng mây,
Xiêm y mờ nhạt vóc hoa gầy...
Bể Đông nàng đã dần lui gót,
Kỷ niệm chừng lưu một chút đây.

     Hàng Thị tái bản

Gạn giấc chiêm bao, vớt mảnh hình
Tóc xòa buông rủ, má tròn xinh.
Hoa mai thêu trắng nền xiêm lụa,
Đôi mắt ngời sao, miệng đẫm tình.

Lòng cháy yêu đương tự bấy giờ,
Sá chi ngoài Thật với trong Mơ!
... Đêm đêm, ảo ảnh thơm chăn gối,
Tình hướng về Đông, dạ lắng chờ.

[1] Trong các lần tái bản, hai chữ *phấp phới* sửa thành *phất phới*

Giang Nam Người Cũ

Thác là thể phách, còn là tinh anh.
Nguyễn Du

Ai phụ tình ai, lỗi tóc tơ! [1]
Đèn khuya truyện cũ hận dâng mờ
Giang Nam...! mực động sầu trên giấy;
Chữ đảo điên rồi, thánh thót mơ.

Ý tóc niềm da lượm kiếp nào
Đọng về mây tuyết nửa chiêm bao.
Đông A bừng thắm môi hàm tiếu,
Trăng phới hài ngân liễu vướn cao.

Sương bay giải áo mướt rờn nhung
Sao ánh xiêm thêu ngọc rủ chùng.
Thưa thớt không gian, chìm tiếng nói,
Âm thanh huyền hoặc thoáng mờ rung.

Tình qua giọng suối ngợ tai phàm
Nhạc thấp cung Hồ, mộng phớt lam.
Hơi gió xa khơi lời nhỏ nhẹ,
- Em nghìn thu cũ gái Giang Nam! -

Bừng thức tiền thân choàng cảm giác,
- Ai nghìn thu cũ gái Giang Nam? -
. . . .
Ta nhớ rồi! Em: hồn lẫn xác.
Em nghìn thu cũ gái Giang Nam.

Cô hàng xóm nhỏ chớm si mê,
Trầm lạnh Tây Sương lỡ dở thề.
Kiếp trước đời sau tình vẫn một,
Thời gian xuôi gửi tiếc thương về.

U uất không tan nẻo dạ đài,
Hồn trinh phiêu dạt lánh phàm thai.
Sắc hương lơ lửng trôi dằng dặc,
Kết nhớ dồn yêu vọng tới ai.

Ai đó là ta một kiếp nào.
Trầm luân, hồn tỉnh giữa chiêm bao.
Gác quan vụt cháy niềm run rẩy
Xưa đã nghìn thu gửi má đào.

Cặp má đào xưa vừa độ chín,
Ôi nghìn thu cũ gái Giang Nam!
. . . .
Đổi xác bao lần, ta lỗi hẹn.
Em nghìn thu vẫn gái Giang Nam.

[1] Các ấn bản về sau, kể từ lần tái bản, đều bỏ hết các dấu chấm phẩy, nên câu này thường được hiểu như một câu hỏi để quy lỗi, một lời trách móc: *ai phụ tình? ai lỗi tóc tơ?* Kể cả bản tiếng Pháp, bài *L'Ancien Amie du Sud du Fleuve* trong **Thi Tuyển (*Poèmes Choisies*)**, thi sĩ Simone Kuhnen de La Cœuillerie cũng đã dịch là

     Infidèle à son amour, n'a-t-elle pas tenu sa promesse?
Cách hiểu này có lẽ phù hợp với hai câu cuối bài, khi tác giả nhìn nhận thật ra chính mình mới là kẻ lỗi hẹn. ˙

Tuy nhiên, khi đặt lại dấu phẩy đúng như trong bản nguyên thủy, với dấu chấm than ở cuối câu, ta lại có thể hiểu theo ý khác **"không ai phụ tình ai cả, chỉ do duyên trời định đoạt mà thôi."**

Dâng Tình

Bốn trời sương lạnh,
Đường xanh bóng trăng,
Lửa đào lung lay phấp phới.[1]
Thi nhân ơi![2] Xin dừng bước lại!
Đây Hàng Châu thường mơ ước... đêm Hoa Đăng!
Đêm Hoa Đăng đường xanh bóng trăng,
Đêm Hoa Đăng đèn quanh lối xóm.
Đây cầm ca người mộng, gái xưa Kim Lăng,

Hãy dừng đây, chàng say!
Mà điên cuồng lơi lả,
Đón muôn đời thanh sắc ngã trong vòng tay.
Nhịp trúc buông khoan,
Sóng tơ dồn chậm,
Môi nồng tươi, da mịn ấm,
Liễu xinh xinh thon dáng, liễu cong đôi nét mày.

Lũ chúng em chờ chàng qua chín kiếp,
Tình giang hồ phong nhụy vẫn nguyên hương.
Rượu dâng nồng, đây son phấn mười phương,
Khói lên biếc, và đây hồn tứ xứ...
Trên cánh Nhạc đê mê chàng hãy ngự,
Đàn tơ mây theo phách gỗ trầm hương.
Nhịp lời ca lơi lả bóng Nghê Thường,
Âm điệu sẽ ru chàng say đến cuối.

Lũ chúng em ca nhi,
Đón dâng chàng, một buổi,
Nỗi yêu mê cuồng dại nén từ lâu,
Rồi mai đây chàng dong ruổi

Thuyền buộc sông mưa,
Ngựa dừng trăng khuyết,
Tình nhân thế chua cay người lịch duyệt,
Niềm giang hồ tan tác lệ Giang Châu.
Xin bẻ thuyền quay hướng
Xin giục ngựa quay đầu
Về cùng chúng em,
Buồng xuân chờ, cửa ngỏ,
Khóm trúc đợi, xanh màu.
Họp cùng chúng em,
Có nàng tiên, má hồng nâu,
Giúp đôi cánh biếc dâng sầu lên khơi.

Hãy dừng đây chàng say ơi!
"Cùng lận đận bên trời một lứa." [3]
Đêm Hoa Đăng vắng chàng thoi thóp lửa.
Tiếng đàn sênh rời rạc khúc Thiên Thai!
Hãy dừng đây, sương gió lạnh bên ngoài...

Trong các lần tái bản
[1] Hai chữ *phấp phới* sửa thành *phất phới*
[2] Chữ *ơi* đổi thành *ôi*
     Thi nhân ôi xin dừng bước lại

[3] *"Cùng một lứa bên trời lận đận"*, Phan Huy Vịnh dịch **Tỳ Bà Hành**
của Bạch Cư Dị *"Đồng thị thiên nhai luân lạc nhân"*

Mời Say [1]

Khúc nhạc hồng êm ái
Điệu kèn biếc quay cuồng.
Một trời phấn hương
Đôi người gió sương.
Đầu xanh lận đận, cùng xót thương, càng nhớ thương.
Hoa xưa tươi, trăng xưa ngọt, gối xưa kề, tình nay sao héo!

Hồn ngã lâu rồi nhưng chân còn dẻo,
Lòng trót nghiêng mà bước vẫn du dương.
Lòng nghiêng tràn hết yêu đương
Bước chân còn nhịp Nghê Thường lẳng lơ.

Ánh đèn tha thướt
Lưng mềm não nuột dáng tơ
Hàng chân lả lướt
Đê mê hồn gửi cánh tay hờ.

Âm ba gờn gợn nhỏ,
Ánh sáng phai phai dần...
Bốn tường gương điên đảo bóng giai nhân.
Lui đôi vai, tiến đôi chân,
Riết đôi tay, ngả đôi thân.
Sàn gỗ trơn chập chờn như biển gió.
Không biết nữa màu xanh hay sắc đỏ,
Hãy thêm say, còn đó rượu chờ ta!
Cổ chưa khô, đầu chưa nặng, mắt chưa hoa,
Tay mềm mại bước còn chưa chuếnh choáng. [2]
Chưa cuối xứ Mê Ly, chưa cùng trời Phóng Đãng
Còn chưa say, hồn khát vẫn thèm men.

Say đi em! Say đi em!
Say cho lơi lả ánh đèn,
Cho cung bực ngả nghiêng điên rồ xác thịt.
Rượu, rượu nữa, và quên quên hết!

Ta quá say rồi!
Sắc ngã màu trôi...
Gian phòng không đứng vững,
Có ai ghì hư ảnh sát kề môi?
Chân rã rời
Quay cuồng chi được nữa,
Gối mỏi gần rơi!
Trong men cháy, giác quan vừa bén lửa,
Say không còn biết chi đời.
Nhưng em ơi,
Đất trời nghiêng ngửa
Mà trước mắt thành sầu chưa sụp đổ.
Đất trời nghiêng ngửa,
Thành sầu không sụp đổ, em ơi!

[1] Trong **Thơ Say** (1940 và 1971) bài này có tựa là *Say Đi Em*
[2] Trong **Thơ Say** (1940) hai chữ này in là *chếnh choáng*

Gối Mộng [1]

Phách rụng song song nhạc xuống chìm
Tiếng ca bừng nổi giữa chừng đêm.
"Canh khuya đưa khách..." [2] Lời gieo ngọc;
Mơ gái Tầm Dương thoảng áo xiêm.
Ai lạ nghìn thu, xa tám cõi,
Sen vàng như động phía châu liêm.
Nao nao khói biếc hài thương nữ;
Trở gối, hoa lê rụng trắng thềm.

[1] Bài thơ này chỉ xuất hiện một lần duy nhất trong **Mây** bản nguyên thủy (1943), **không** thấy trong các lần tái bản (1960 và 1971)
[2] *"Bến Tầm Dương canh khuya đưa khách"* Phan Huy Vịnh dịch **Tỳ Bà Hành** của Bạch Cư Dị *"Tầm Dương giang đầu dạ tống khách."*

Dựng

Tay tiên gió táp mưa sa
Nguyễn Du

Đàn rưng rưng lệ phách dồn mưa
Tiếng hát tàn rơi hận thuở xưa.
Bụi nhuốm Thiên Thai nhòa hứng rượu;
Đời sau say giúp mấy cho vừa!
Cô đơn, men đắng sầu trăng bến
Đất trích Tầm Dương quạnh tiễn đưa.
Nhịp đổ càng mau nghe ríu ríu;
Tê rời tay ngọc lúc buông thưa.

Đào Nguyên Lạc Lối

Chiều đã tím ở lưng chừng dãy núi,
Sắc thu mờ lơ đãng dáng hoàng hôn.
Lặng nằm nghe bốc tự đáy linh hồn
Nỗi thương mến xa khơi tình kiếp trước...

Sóng ngủ dưới chân thuyền, im gió nước;
Đã ai say lạc bước tới Vô Cùng?
Sương đầy khoang nghe thấp thoáng hoa dung[1]
Mà lối cũ Đào Nguyên chừng hé mở.
Trời cũ với hồn nay còn bỡ ngỡ,
Thuyền đã nghiêng và nghiêng hẳn giòng sông.
Trên dốc say vùn vụt hướng về đông,
Ta nghe rõ con thuyền trôi phấp phới.[2]
Non động hoang mang, tình xưa bạn mới,
Hoa chờ tươi; mây đợi thắm lưng đèo.
Suối quanh co bờ đá dựng cheo leo
Sườn bích lập nâng cao trần thạch nhũ.
Vòm nho nhỏ còn ghi thương nhớ cũ
Lệ chia phôi ngàn thuở đọng lưng chừng.
Lối vào sâu mây khóa nẻo sau lưng.
Khe nước hẹp khép dần sau bánh lái;
Đôi bờ gấm chập chờn xê xích lại,
Nóc rêu nhung buông rủ sát ngang đầu.
Hồn phiêu dao tưởng cỡi chiếc thuyền câu
Lách hang đá bay về non nước Tấn.
Sương khói bâng khuâng, sông cùng núi tận,
Thời xa xôi dìu dặt áng hương mơ.
Đất Vũ Lăng chàng đánh cá năm xưa,
Mê sắc thắm tơi bời khe suối rụng,
Ven giải Đào Nguyên, buộc thuyền cửa động,
Dấn bước xem trời mở cuối hang sâu.

Ôi thời gian! Sông núi vẫn tươi màu.

. . . .

Thuở Tần loạn, xưa kia, tìm trốn tránh
Dắt díu nhau lạc vào nơi tuyệt cảnh,
Mươi lăm nhà riêng chiếm một Thiên Thai,
Nỗi hưng vong chi sá việc bên ngoài.
. . . .
Khát Cô Đơn, chập chờn đôi cánh mộng
Tưởng đâu đây xóm làng xưa vẫn sống.
Ôi lòng ta khao khát tới đào nguyên!
Hỡi xứ thanh tao, thế giới hư huyền,
Xin thu lấy một linh hồn trốn xác.
Trong da thịt sẵn gieo mầm tội ác,
Chiều nay nghe vang gọi tiếng quê hương,
Chút thiêng liêng sót lại của thiên đường
Gỡ dây trói sơ sinh cùng thể phách,
Trên nẻo hư vô mơ hồ chiếc bách
Khói dìu đi, men đẩy phía sau khoang.
Dẫn chơi vơi trong huyễn mộng huy hoàng,
Tưởng bay tới nơi hoa đào phô sắc
Tưởng bay tới nơi dân Tần trốn giặc,
Hỡi người xưa ngư phủ, hỡi Đào Nguyên!
Ta đêm nay, say, cũng lạc con thuyền.

[1] Trong **Mây** nguyên thủy, hai chữ này in là *hoa rung*, nghĩ có lẽ là lỗi chính tả, vì các lần tái bản đều sửa là *hoa dung*
[2] Trong các lần tái bản, hai chữ *phấp phới* sửa thành *phất phới*

Ghé Bến Trần Gian

Người say muôn thuở ghé qua chơi,
Nhựa níu, men chào, tóc lả lơi.
Trau chuốt, ân cần..., thôi uổng quá!
Dợ phàm đâu buộc cánh chơi vơi.
Cuộc đi; khói, rượu, thơ, tình, mộng,
Ăm ắp đầy then, chẳng mượn đời.
Hứng sẵn, neo thuyền ghi chút cảm,
Buông về Cao Rộng mấy trùng khơi.

Nhắn Về Thiên Cổ

Nậm sứ, be sành, cũng đến say.
Lưng ong nào chẳng khít vòng tay!
Tuềnh toang son phấn, bừa chai cốc;
Ai chọn[1] *mà quen với Đổi Thay!*
Vạn thuở tiền thân lòng vốn khép,
Hoa đừng rung nữa, bướm đừng bay.
Hát ngao nhắn vọng về thiên cổ;
Tình vẫn nguyên hương, rượu vẫn đầy.

[1] Trong các lần tái bản, chữ *chọn* đổi thành chữ *hẹn*
    Ai hẹn *mà quen với Đổi Thay*

Đà Giang

Cắm thuyền sông lạ một đêm thơ,
Trăng thượng tuần cao sáng ngập bờ
Đâu đó Tầm Dương, sầu lắng đợi,
Nghe hồn ly phụ khóc trên tơ.

Có lẽ ngàn xưa là đáy sông.
Đêm đêm giọt lệ gái xa chồng
Đè theo đôi tiếng tỳ hư ảo
Dâng tới thuyền ai ngủ bến không.

Chén đã vơi mà ngập gió sương,
Men càng ngây ngất ý Tầm Dương.
Gót sen Kỹ nữ đâu bên gối,
Tìm ái ân xưa, dễ lạc đường!

Cánh rượu thu gần vạn dặm khơi,
Nẻo say, hư thực bóng muôn đời.
Ai đem xáo trộn sầu kim cổ?
Trăng nước Đà Giang, mộng Liễu Trai [1].

[1] chữ Hán là 聊齋 (gian phòng tạm), thường đọc Liêu Trai. Có thể viết *Liễu Trai* hay *Liễu Trai* - các lần tái bản in là *Liễu Trai*

Nhớ Quê Nâu

Một trời nâu ngát khói lung lay,
Má chiếc huyền thơm mọng ý say,
Quê mướn tình thiêng hai nỗi nhớ,
Hồn đơn trên gối một phương bay.
Hỡi ơi! Nguồn máu nghe xao xuyến,
Ai thắt trên lòng những ngón tay?
Lưu Nguyễn khi xưa từng phụ bạc,
Thiên Thai đòi mãi đứa con vay.
Mênh mông gió bụi, về chi được
Cõi Nát Bàn xưa ngủ đắng cay.
Da thịt bâng khuâng hồn phách lả,
Nhớ quê sầu trắng một đêm nay.

Con Tàu Say

Khói tuôn mờ trắng đêm sâu,
Men rừng say một con tàu ngả nghiêng.
Lắng tai, nhịp sắt liền liền;
Đường sương nổi dậy ưu phiền dưới chân.
Còi khuya vọng mãi tiếng ngân,
Lao đao, núi thẳm cây gần tương tư.
Tha phương đã réo mong chờ,
Con tàu luân lạc đêm mờ còn say.
Rượu ngon chở mấy toa đầy,
Bánh xe muôn dặm còn ngây hương rừng.
Giữa đêm, cây núi chập chừng,
Non sông chuếnh [1] choáng biết dừng nơi nao!

[1] Trong **Thơ Say** (1940) chữ này in là *chếnh*

Hơi Tàn Đông Á

Phơi phới linh hồn lỏng khóa then,
Say nghe giọt nhựa khóc trên đèn.
Mê ly... cả một trời Đông Á
Sực tỉnh trong lòng nấm mộ đen.

Đáy cốc bao la vạn vực sầu;
Ngai vàng Mông Cổ ngự đêm nâu.
Hãy nghe bão táp trong cô tịch;
Vó ngựa dân Hồi dẵm đất Âu.

Thuyền chiến nằm mơ cuộc viễn chinh,
Buồm neo rời rạc bến u minh.
Đâu đây quằn quại trong làn khói
Lớp lớp uy nghi Vạn Lý Thành.

Thuốc cháy âm thầm hãy lắng tai;
Phương Đông là một tiếng than dài.
Bao nhiêu năm đã từng oanh liệt,
Bốn bể quy hàng nép dưới ngai.

Nhựa chín dần trên ngọn lửa đào,
Ngược dòng năm tháng khói lên cao,
Hương thiêng rẽ lối, đôi bờ mộng:
Cung các vàng son một thuở nào.

Gối nệm lênh đênh xác thịt hờ,
Thuyền say một cánh lướt giòng Thơ.
Trăng hiu hắt ngủ đêm khuya rợn,
Sương khói Phù Dung ngập bến bờ.

Thế kỷ huy hoàng của Á Châu
Hiện về trên gối một đêm nâu.
Mây xanh cánh rộng ai mơ đó,
Hồn có tiêu tan vạn cổ sầu?

                    Hàng Thị tái bản

Dịu Nhẹ

Gợn trắng ngàn mai thoảng dáng xuân,
Màu trinh e lệ gió ân cần.
Mươi bông cúc nõn chờ tay với,
Một chút hoa đào vướng[1] gót chân.

Thuyền nhỏ sông lam yểu điệu về,
Cỏ chen màu liễu biếc chân đê.
Tình xuân ai chở đầy khoang ấy,
Hương sắc thanh bình ngập lối quê.

Nắng nhẹ, mây hờ, sương hơi hơi,
Sương thưa, nắng mỏng, nhạc khoan lời
Dây đàn chầm chậm hôn trên phím,
Muôn vạn cung "Hồ" là lướt rơi.

Khói dịu hương êm tản mác đầy,
Tơ chùng điệu thấp, bốn phương say.
Mùa xuân lẳng lặng[2] về không tiếng,
Duyên khép tình e ngậm dấu giầy.

Là ánh trăng non chớm độ rằm,
Xuân là duyên nụ tuổi mười lăm.
Mến thương không ngỏ, Chàng như Thiếp,
Hồn khóa dài then lặng nhớ thầm.

Tìm chi nao nức giữa mùa tươi!
Xuân chẳng đàn cao ở phím đời.
Rượu ngọt men hiền say chút ít,
Chàng Lưu đừng ngại thiếu Mai Khôi.

[1] Khi đăng trong **Văn Hóa Ngày Nay** số 9 trang 69 và trong bản in lại
của nhà sách Khai Trí, chữ *vướng* đã in là *vương*
    Một chút hoa đào vương *gót chân*
[2] Khi đăng trong **Văn Hóa Ngày Nay** số 9 trang 69, hai chữ *lẳng lặng*
in là *lặng lẽ*
    Mùa xuân lặng lẽ *về, không tiếng*

Em Là Công Chúa

Bồng bềnh mun chẩy óng lưng thon
Nhạc tía đền vua chuyển gót son.
Yểu điệu Hương Giang mềm nếp áo.
Trầm bay sóng mỏng vạt trăng son.

- Công chúa! - Là đây mộng ngự thuyền.
Bài thơ mờ tỏ nón nghiêng duyên.
Hàng mi ánh phới tình thanh liễu
Gợn gợn giòng thu mắt ngọc tuyền.

Môi trĩu mùa nho ngọt ý thương.
Má thơm hồng hạnh kín tin hương.
Lòng ơi! Nghe đã niềm xưa động.
Nắng quái bờ mây, gấm tịch dương.

Kề song, nguyệt chếch ngủ chung giường.
Kinh Khuyết trời xa trán tuyết sương, [1]

[1] Bài thơ này đến đây là hết, không phải chép thiếu. Có thể đoạn cuối đã thất lạc.

Tối Tân Hôn

Do dự mãi, đêm nay rời xứ Mộng,
Ta chiều em, bỏ cánh lại cung Trăng,
Lén bước xuống thuyền mây chờ cửa động
Vội vàng đi, quên biệt giã cô Hằng.

Gió đêm lồng lộng thổi
Thuyền mây vùn vụt trôi
Đang bâng khuâng, điện biếc đã xa rồi
Giữa lúc tỏa muôn hương đàn sáo nổi.
Ngực sát ngực, môi kề môi,
Nàng cùng ta, nhìn nhau cùng chẳng nói.
Ôm vai nhau cùng lắng tiếng xa xôi.
Nguyệt chẳng phải, Tỳ không, càng không Cầm với Sắt;
Tai dẫu quen mà lạ tiếng tre.
Cung Xế lẫn cung Hồ dìu dặt;
Mình tơ réo rắt
Hồn trúc đê mê
Những thanh âm nhạc điệu chửa từng nghe,
Như đưa vẳng tự vô cùng xanh ngắt,
Đầy nhớ thương, tha thiết gọi ta về.

Gió bỗng đổi chiều, trên táp xuống;
Nặng trĩu hai vai, Nàng cố gượng
Thắt vòng tay, ghì riết lưng ta,
Những luồng run chạy khắp thịt da ngà.
Run vì sợ hay vì ngây ngất?
Ta chẳng biết, nhưng rời tay chóng mặt,
Toàn thân lạnh ngắt,
Thuyền chìm sâu, sâu mãi bể hư vô,
Mà hương ngát đâu đây còn phảng phất,
Mà bên tai đàn sáo vẫn mơ hồ.

Ngửa trông lên cung Quế tít mù xa
Dần dần khuất.
Dưới chân ta,
Thuyền mây sóng lật.
Không gian vừa sụp đổ chung quanh,
Một trời đêm xiêu rụng tan tành.
Dư hưởng yếu từng giây.
Dư hương dần loãng nhạt,
Trong tay níu đôi thân liền sát.
Nhè nhẹ rơi vào lớp sóng khinh thanh.

Sao lìa ngôi, phương hướng ngã bên mình
Cơn lốc nổi,
Đờn tiên thôi gọi,
Âm thầm xa bặt tiếng tiêu.
Nhưng mê man say uống miệng người yêu,
Ta cũng như Nàng,
Cảnh mộng chốn Bồng Lai đâu nhớ tới!

Hai xác thịt lẫn vào nhau mê mải,
Chút thơ ngây còn lại cũng vừa chôn.
Khi tỉnh dậy, bùn nhơ nơi Hạ giới,
Đã dâng lên ngập quá nửa linh hồn.

Đời Vắng Em Rồi Say Với Ai?

Sóng dậy đìu hiu biển dấy sầu.
Lênh đênh thương nhớ giạt trời Âu.
Thôi rồi, tay nắm tay lần cuối,
Chia nẻo giang hồ vĩnh biệt nhau.

Trai lỡ phong vân gái lỡ tình,
Này đêm tri ngộ xót điêu linh,
Niềm quê sực thức lòng quan ải,
Giây lát[1] dừng chân cuộc viễn trình.

Tóc xõa tơ vàng nệm gối nhung,
Đây chiều hương ngát lả hoa dung,
Sóng đôi kề ngọn đèn hư ảo,
Mơ kiếp nào xưa đã vợ chồng.

Quán rượu liền đêm chuốc đắng cay,
Buồn mưa, trăng lạnh; nắng, hoa gầy.
Nắng mưa đã trải tình nhân thế
Lưu lạc sầu chung một hướng say.

Gặp gỡ chừng như truyện Liễu Trai.[2]
Ra đi chẳng hứa một ngày mai.
Em ơi lửa tắt bình khô rượu,
Đời vắng em rồi, say với ai?

Phương Âu mờ mịt lối quê Nàng
Trăng nước âm thầm vạn dặm tang.
Ghé bến nào đây, người hải ngoại
Chiều sương mặt bể có mơ màng?

Tuyết xuống phương nào, lạnh lắm không?
Mà đây lòng trắng một mùa đông.
Tương tư nối đuốc thâu canh đợi,
Thoảng gió... trà mi động mấy bông.

[1] Trong các lần tái bản, chữ *lát* đổi thành *phút*
        Giây phút *dừng chân cuộc viễn trình*
[2] chữ Hán là 聊齋 (gian phòng tạm), thường đọc Liêu Trai. Có thể
viết *Liễu Trai* hay *Liễu Trai* - các lần tái bản in là *Liễu Trai*

Nửa Đêm Ca Quán

Nẻo bướm rờn tươi lửa cố đô,
Mộng phai ca quán tủi giang hồ.
Từ xa kinh khuyết, cây lìa gốc,
Đời chớm vào thu, nhựa đã khô.
Tình dứt, men còn say vĩnh biệt,
Tiếng tỷ đâu vẳng gái Hà Mô...
Nửa đêm, cạnh gối trơ hồng phấn;
Thao thức... Vèo trăng một lá ngô.

Hàng Thị tái bản

Quên

Đã hẹn với Em rồi, không tưởng tiếc
Quãng đời xưa, không than khóc gì đâu!
Hãy buông lại gần đây làn tóc biếc,
Sát gần đây, gần nữa, cặp môi nâu.

Đêm nay lạnh, tìm em trên gác tối,
Trong tay em dâng cả tháng năm thừa.
Có lẽ đâu tâm linh còn chọn lối,
Để đi về Cay Đắng những thu xưa.

Trên nẻo ấy, tơi bời, - Em đã biết -
Những tình phai duyên úa, mộng tan tành,
Trên nẻo ấy, sẽ từ muôn đáy huyệt,
Ái ân xưa vùng dậy níu chân anh.

Không, em ạ, không còn can đảm nữa!
Không! nguồn yêu, suối lệ cũng khô rồi,
Em hãy đốt giùm anh, trong mắt lửa,
Chút ưu tư còn sót ở đôi môi...

Hãy buông lại gần đây làn tóc rối,
Sát gần đây, gần nữa, cặp môi điên.
Rồi em sẽ dìu anh trên cánh khói,
Đưa hồn say về tận cuối trời Quên.

Một Phút Ngừng Say

Bấc trĩu hoa đèn, nhựa úa nâu;
Phai say nằm khóc mộng ban đầu...
Bước chân song sóng vòng tay mở,
Dạo ấy người ơi, xa lắm đâu!
Chớm nụ, tiếc cho tình quá ngát;
Mà thương trời bể quá cao sâu...
Tiếc thương lẻn khói vào tâm trí
Mưa gió tàn đêm lộng quán sầu.

Trăng Cũ

Nguyệt lạnh màu sương giãi phố khuya,
Hàn quang mơ khói bước say về...
Dưới chân bóng lá đường thêu gợn,
Trên ấy chừng rung nhịp áo nghê!
Nét Thúy phai vàng, rêu biếc ngõ;
Trăng mười năm nhạt dáng hoa lê.
Chàng si! Thôi chớ làm duyên nữa!
Khúc Phượng, thanh âm trộn Sở Tề.

Buồn Đêm Đông

Mây bay mờ thấp lối đông sang.
Hồn lạnh tương tư nẻo gió vàng.
Hương cúc mong manh tà áo lụa,
Tình thu dài mãi chút dư vang.

Hoa gầy lây lứt níu cành xương,
Cánh nhỏ đêm qua rụng ngập đường.
Gối chiếc nằm nghe sầu bốn mặt
Đều đều mưa nhịp ý thê lương.

Rượu cũ hoàng hoa vị đắng rồi.
Men tàn thêm gợi nhớ xa xôi,
Hương say nhạt với màu thu úa.
Chén lẻ sầu dâng lạnh thấm môi.

Buồng vắng ơ hờ chăn chiếu đơn.
Phên thưa lọt gió buốt từng cơn.
Ngoài xa bàng bạc lên sương khói
Tuyết phủ chiêm bao mộng chập chờn.

                              Hàng Thị tái bản

Lá Thư Ngày Trước

Yêu một khắc để mang sầu trọn kiếp,
Tình mười năm còn lại mấy tờ thư!
Mộng bâng quơ hò hẹn cũng là hư,
Niềm son sắt ngậm ngùi duyên mỏng mảnh.
Rượu chẳng ấm, mưa hoài, chăn chiếu lạnh,
Chút hơi tàn leo lắt[1] ngọn đèn khuya.
Giấc cô miên rùng rợn nẻo hôn mê,
Gió âm tưởng bay về quanh nệm gối.
Trong mạch máu, chút gì nghe vướng rối,
Như tơ tình thắc mắc buổi chia xa....
Ngón tay run ghì nét chữ phai nhòa,
Hỡi năm tháng, hãy đưa đường giấc điệp!

Yêu mê thế! để mang sầu trọn kiếp!
Tình mười năm còn lại chút này đây.
Lá thư tình xưa nhớ lúc trao tay
Còn e ấp, thuở duyên vừa mới bén.
Ai dám viết yêu đương và hứa hẹn?
Lần đầu tiên, ai dám ký: Em anh?
Nét thon mềm run rẩy gắng đưa nhanh,
Lòng tự thú giữa khi tìm trốn nấp.
Mươi hàng chữ đơn sơ, ồ ngượng ngập!
E dè sao mươi hàng chữ đơn sơ!
Màu mực tươi xanh ngát ý mong chờ,
Tình hé nụ bừng thơm trong nếp giấy...

Ôi thân mến, nhắc làm chi thuở ấy!
Đêm nay đây hồn xế nẻo thu tàn...
Khóc chia lìa, ai níu gọi than van?
Ta chỉ biết nằm nghe tình hấp hối.
Say đã gắng để khuây sầu lẻ gối,
Mưa, mưa hoài! Rượu chẳng ấm lòng đau...

Gấm the nào từ buổi lạnh lùng nhau?
Vàng son có thay màu đôi mắt biếc?
Tình đã rời đi, riêng mình tưởng tiếc,
Thôi rồi, đây: chiều xuống giấc mơ xưa.
Lá lá rơi, nằm bệnh mấy tuần mưa.
Say chẳng ngắn những đêm dằng dặc nhớ
Trăng nào ngọt với duyên nào thắm nở,
Áo xiêm nào rực rỡ, ngựa xe ai?
Đây mưa bay, mờ chậm bước đêm dài,
Đêm bất tận, đêm liền đêm kế tiếp...

Yêu sai lỡ để mang sầu trọn kiếp
Tình mười năm còn lại chút này thôi,
Lá thư xưa màu mực úa phai rồi,
Duyên hẳn thắm ở phương trời đâu đó.

[1] Trong các lần tái bản, hai chữ *leo lắt* được đổi thành *leo lét*, nhưng trong thi phẩm ***Ta Đợi Em Từ Ba Mươi Năm*** (1970), hai chữ này lại in là *lay lắt*

Mười Hai Tháng Sáu

Riêng gửi Kiều Thu

Trăng của nhà ai? trăng một phương!
Nơi đây rượu đắng mưa đêm trường.
Ờ! đêm tháng sáu mười hai nhỉ!
Tố của Hoàng ơi! hỡi nhớ thương.

Là thế! là thôi! Là thế đó!
Mười năm thôi thế mộng tan tành
Mười năm, trăng cũ ai nguyền ước?
Tố của Hoàng ơi! Tố của anh!

Tháng sáu, mười hai, từ đấy nhé
Chung đôi, từ đấy nhé lìa đôi!
Em xa lạ quá, đâu còn phải
Tố của Hoàng xưa, Tố của tôi.

Men khói đêm nay sầu dựng mộ
Bia đề tháng sáu, ghi mười hai.
Tình ta, ta tiếc; cuồng, ta khóc.
Tố của Hoàng nay Tố của ai

Tay gõ vào bia mười ngón dập,
Mười năm theo máu hận trào rơi.
Học làm Trang Tử thiêu cơ nghiệp.
Khúc Cổ Bồn Ca gõ hát chơi.

Kiều Thu hề Tố em ơi!
Ta đương[1] *lửa đốt tơi bời Mái Tây.*
Hàm ca nhịp gõ khói bay
Hồ, xừ, xang, xế, bàn tay điên cuồng.

Kiều Thu hề trọn kiếp thương!
Sầu cao ngùn ngụt mấy đường tơ khô
Xừ, xang, xế, xự, xang, hồ.
Bàn tay nhịp gõ điên rồ khói lên.

Kiều Thu hề Tố hỡi em!
Nghiêng chân rốn bể mà xem lửa bùng.
Xế, hồ, xang... khói mờ rung.
Nhịp vươn sầu tỏa năm cung ngút ngàn.

[1] Trong các lần tái bản, chữ *đương* in là *đang*

Đời Tàn Ngõ Hẹp

Gối vải mộng phong hầu,
Vàng son mờ gác xép,
Bừng tỉnh mưa còn mau,
Chiều tàn trong ngõ hẹp.

Mưa lùa gian gác xép,
Ngày trắng theo nhau qua,
Lá rơi đầy ngõ hẹp;
Đời hiu hiu xế tà.

Ôi! ta đã làm chi đời ta?
Ai đã làm chi lòng ta?
Cho đời tàn tạ lòng băng giá
Sương mong manh quạnh chớm thu già.

Mải mê theo sự nghiệp,
Quá trớn, lỡ giàu sang;
Mưa rơi, chiều ngõ hẹp,
Lá vàng bay ngổn ngang...
Dìu vương nhau mươi chiếc lá khô vàng,
Xuân đời chưa hưởng kịp,
Mây mùa thu đã sang.

Giấc hồ nghe phấp phới[1]
Cờ biển nhịp mơ màng.
Đường hoa son phấn đợi,
Áo gấm về xênh xang...
Chập chờn kim ốc giai nhân...
Gió lạnh đưa vèo,
Khoa danh trên gối rụng tàn theo!
Nao nao đàn sáo phai dần...

Hạnh phúc tàn theo,
Nửa gối thê nhi lá rụng vèo!
Song hồ lơ lửng khép,
Giường chiếu ẩm hơi mưa;
Chiêm bao mờ thoáng hương thừa,
Tan rồi mộng đẹp,
Ôi thời xưa!

Ta đã làm chi đời ta xưa?
Ta đã dùng chi đời ta chưa?

Thiên thu? ngờ sự nghiệp!
Chiều mưa rồi đêm mưa;
Gió lùa gian gác xép,
Đời tàn trong ngõ hẹp.

[1] Trong các lần tái bản, hai chữ *phấp phới* sửa thành *phất phới*

Ngoài Ba Mươi Tuổi

Nằm say, nhựa tỏa cánh xiêu xiêu.
Giường thấp, nghe trời xuống tịch liêu.
Sự nghiệp, nào đâu? Trưa nắng xế.
Hoa phai thề ước, lá tàn yêu.
Ngoài ba mươi tuổi, duyên còn, hết?
Một ván cờ thua, ngả bóng chiều.
Ai khóc đời ai trên bấc lụi?
Đây mùa thu sớm lửa dần thiêu.

Sai Lạc

Nao nao tiếng sắt dội trên đường;
Sầu chở đầy xe nẻo cố hương,
Đá gập ghềnh nghiêng đôi bánh gỗ;
Tre làng mươi đảo biếc trong sương.

Dĩ vãng mơ hồ sau khóm tre,
Đâu đây trường học trống tan về,
Bờ ao gợn đỏ màu hoa sắn;
Kỷ niệm khơi cùng vết bánh xe.

Bâng khuâng vòng sắt nặng nề quay,
Vang bóng thời xưa tản mác đầy;
Sông ngủ hoàng hôn lều đượm khói,
Men chiều nghiêng ngả chiếc xe say.

Lưỡi tê thành bại đắng giang hồ.
Bánh lệch thăng bằng lối mấp mô.
Nao nức thăm quê sầu chểnh mảng,
Phong Trần sai nhịp với ngây thơ.

                    Hàng Thị tái bản

Phương Xa

Nhổ neo rồi, thuyền ơi! Xin mặc sóng,
Xô về đông hay giạt tới phương đoài.
Xa mặt đất, giữa vô cùng cao rộng,
Lòng cô đơn, cay đắng họa dần vơi.

Lũ chúng ta lạc loài dăm bảy đứa,
Bị quê hương ruồng bỏ, giống nòi khinh,
Bể vô tận, sá gì phương hướng nữa,
Thuyền ơi thuyền! theo gió hãy lênh đênh.

Lũ chúng ta, đầu thai lầm thế kỷ,
Một đôi người u uất nỗi chơ vơ.
Đời kiêu bạc không dung hồn giản dị,
Thuyền ơi thuyền! Xin ghé bến hoang sơ.

Men đã ngấm, bọn ta chờ nắng tắt,
Treo buồm cao, cùng cao tiếng hò khoan.
Gió đã nổi, nhịp giăng chiều hiu hắt,
Thuyền ơi thuyền! Theo gió hãy cho ngoan.

Hờn Thặng Phấn

Lòng ngát tràng giang, mộng bể hồ,
Sầu ai: chuông lén giấc Cô Tô.
Gió thu ngày trắng hương vương giả,
Bạc gãy hồng hoen bụi đế đô.
Nửa kiếp phong lưu hờn thặng phấn,
Một trời sương móc lạnh vi lô.
Cửa trăng, bướm lạc đường chăn gối...
Mặt giếng thêu vàng xác lá ngô.

Qua Áng Hương Trà

Hương biếc tràn quanh nắp đậy hờ
Ấm sành nho nhỏ khói lên tơ.
Hồn sen[1] thoảng ngát, trà dâng đượm,
Ai biết mình sen rụng xác xơ?

Hoa sống trong bùn thuở trước đây,
Lầu son giam kín nhụy vàng hây.
Dễ đâu bướm thỏa lòng khao khát,
Trinh bạch toàn thân kiếp đọa đày.

Mặt nước đìu hiu, một sớm thu,
Hồng trang vắng vẻ lối hoa cù.
Đào phai thắm rụng, tay phàm vín,
Rao bán mười phương chợ xất phu.

Cánh rã rời theo nhịp ngón thon;
Trắng phau, muôn giọt lệ hương tròn
Lăn rơi trên lớp trà khô héo,
Lưu chút thơm thừa gửi nước non...

Nâng chén, mời anh thưởng vị trà,
Đừng quên tan tác mấy đời hoa.
Cạn từng hớp nhỏ cho sen đượm,
Vớt lại trần ai một chút Ta.

[1] Trong bút ký **Ta Đã Làm Chi Đời Ta** (1974), bài *"Vớt Lại Trần Ai"*, Vũ Hoàng Chương cho biết "sen" là một đào nương mà ông gọi là Bạch Liên *thư thư*, và hương sen là mùi thơm mà ông cảm nhận được trong đêm thưởng thức *Tỳ Bà Hành* qua giọng ngâm của ca nhi này.

Túy Hậu Cuồng Ngâm

Thời bất lợi hề truy bất thệ
Tây Sở Bá Vương

Ôi lòng ta sao buồn không nguôi?
Niềm u uất dâng cao hề tháng ngày trôi xuôi.
Há vì cơm áo chẳng no lành?
Há vì đời không ai mắt xanh?

Nhớ thuở xưa chưa có ta hề đường đi thênh thênh
Kịp tới khi có ta hề chông gai mông mênh.
Cuồng vọng cả mà thôi, bốn phương hề vướng mắc,
Ba mươi năm trên vai hề trống không bình sinh.

Lều nát hề trơ vơ, ngõ mưa lầm lội,
Trăng lạnh, đèn mờ, hồn đơn hề le lói;
Đọc truyện cổ nhân hề lòng ta quặn đau,
Gió bụi xôn xao hề thương vay người sau.

Càng xót thân mình vô dụng
Thiên hạ chê bai hề lạc nẻo sang giàu,
Ta chỉ tiếc cho thân hề vô duyên bấy lâu.
Bá Nhạc đời không ai hề ngẩn ngơ vó câu.
Gươm sắc uổng cho gươm hề Phong Hồ có đâu!

Ai đó mách giùm ta với!
Quẩn gót thế nhân hề như đàn quạ kia chăng?
Hay như mây cao đơn chiếc hề cánh chim bằng?
Ấp úng cân đai hề trói giam tài năng?
Vỡ ruộng buông câu hề kho trời gió giăng?

Ôi đường gai góc là bao hề sóng cồn mặt bể!
Thương cho tay lái non hề con thuyền lao đao,
Tiếc cho cơ hội muộn hề chặt gai được sao!
Lá úa cành khô, thu đông hề nối gót,
Chuếnh choáng giang san hề còn say hát ngao.
Mây hồng tím phương tây hề tà huy thoi thóp,
Đời sắp tàn chăng hề bấc lu dầu hao?
Ngõ hẹp giường tre, giấc mơ hề chới với,
Thôi hết mùa tươi,
Hết thôi chờ đợi!
Rượu hề rượu hề! Giùm quên nhé ngươi!

Sao lòng ta đêm nay buồn không thể nguôi?
Niềm u uất dâng cao hề tháng ngày trôi xuôi.

Bài Hát Cuồng

Y thị hà nhân ngã thị thùy
Trang Tử

Xuân có sang mà hoa không tươi.
Ý ngát hoài chăng hề tuổi chớm ba mươi.
Nằm say ngỡ lạnh,
Buồn nghe mưa rơi;
Chiều xuống chênh song hề gió lên đầy trời.

Ta đợi bóng hoa nào hiện?
Ta lắng tin hương nào đến?
Duyên kiếp gì đâu hề ta có chờ ai!
Hương một sớm đã tan hề hoa đã phai.

Đời họ bỏ ta hề riêng gì kẻ ấy.
Tình trót lầm trao hề ta hỡi ta ơi!
Đốt lửa mà lên hề về đâu chẳng vậy.
Chới với hư vô hề ném xa hồn người.
A ha! đập cho nát vụn;
Tuôn châu òa bật lên cười:
- Ta có là ta chăng hề ai chứ là người!

Chậu sành tiếng đập nghìn[1] năm cũ
Họa điệu chiều nay xác rã rời,
Họa điệu chiều nay lòng rạn vỡ,
Bi thương xưa hề đột nhập hồn tan tác rơi.
Ta đã say hề men chuếnh choáng
Ta đã mê hề khói chơi vơi
Sao chiều xuống chênh song hề còn đau thân thế?
Còn tủi bình sinh hề khi gió lên đầy trời?

Một giấc mơ hề dìm trong đáy chén
Bảy dây tình hề thiêu trên lửa ngời.
Xuân đã lại rồi ư? Mùa xuân nào thế nhỉ?
Mà ta cũng mang mang lòng hoa úa hoa tươi.
Khoáng dã hề thâm lâm, ngự viên hề u cốc,[2]
Đây với đấy chắc đâu hề ý ngát không hoài thôi.
Mà lo lắng ngày qua xanh tóc về bạc,
E mộng héo thiên thu hề tuổi chín ba mươi.

Say gắng say lên hề lên tận độ;
Gắng say hề cho tỉnh nhé ta ơi!
Điên đảo thời gian hề linh đài vụt sáng.
Lẫn lộn không gian hề trần tâm sẽ vơi.
Sụp đổ bóng đêm hề năm đường cảm giác,
Tiềm thức bừng lên hề muôn ánh sao Mai.
Đâu đó tà dương hề treo ngọn bấc
Đâu đó cuồng phong hề reo đáy chai.
Mùa chi ngày chi hề tuổi bao rồi nhỉ?
Quanh chiếu rộn tang thương hề tinh anh ngoài đời
Xác bỏ trống trơ hề trí vào mê loạn
Say tới Vô Vi hề ta đó ta ơi!

[1] Trong các lần tái bản, chữ *nghìn* in là *ngàn*
[2] Không rõ có điển tích nào, chỉ biết là đối chiếu hai cảnh trái ngược,
theo nghĩa - khoáng dã (曠野): đồng rộng; thâm lâm (深林): rừng sâu;
ngự viên (御園): vườn vua; u cốc (幽谷): hang tối

Hàng Thị tái bản

Phụ Lục

① 武貢達

③ 掩此徐妝
冊戶蒲
忙曉味坦
飲昌枯

東鬥幕掛
天受之
南北情華
等里雲
武貢達

② Nhà thơ đốt cháy thời gian
Lướt sâu Khoảng cách
Hóa gần hơn
Người nghe
lòng chửa cô đơn
Người ngâm
còn đẹp mãi Hờn ô mai
Hoàng Cầm

Ảnh gia đình, từ trái sang phải:
- phu nhân Định Thị Thục Oanh
- thi sĩ Vũ Hoàng Chương
- con trai Vũ Hoàng Tuân

Thủ bút thi sĩ
1. chữ Nôm
Em đến từ trang sách họ Bồ
Mang theo mùi đất ẩm xương khô
        (Người Nữ Hoa Tiêu)
2. chữ Việt
Hơi thơ đốt cháy thời gian
Lùi sâu khoảng cách ba ngàn ngày hơn
Người nghe lòng chưa cô đơn
Người ngâm còn đẹp tuổi hờn ô mai
        (thơ tặng ca sĩ Hoàng Oanh)
3. chữ Hán
Đông tây mộng quải tam canh nguyệt
Nam bắc tình khiên vạn lý vân
        (Loạn Trung Biệt Hữu)

Thơ Vũ Hoàng Chương, viết khi thi phẩm *Thơ Say* được tái bản

Cảm đề Thơ say ...

... tục bản[1]

20

Ba mươi năm trước, giòng thơ Say
Mở lối vào phương gió bụi này.
Thuyền Mộng lạc loài men đã ngấm
Thành Sầu nghiêng ngửa khói càng xây.
Bao đêm lửa quỷ nghe tim bấc
Một sớm gương thần hỏi bóng mây.
Chữ lại lên khuôn lời giải đáp
Rằng hư rằng thực cũng là đây.

5-5-1971
*tạp chí **Văn** số 185 ngày 1-9-1971*

---

[1] Thi phẩm ***Thơ Say*** do Cộng Lực xuất bản lần đầu năm 1940.

Ta còn để lại gì không   trang 69

xin tìm đọc trong
Ta Còn Để Lại Gì Không
thơ Vũ Hoàng Chương, Hàng Thị xuất bản 2023

Hiệu Đính

Khi biên soạn, chúng tôi đã mạn phép thay đổi một vài lối viết chính tả, xin ghi lại như sau:

Bản gốc	Đổi thành	Bản gốc	Đổi thành
bày	bầy	rẫy	dãy
bẩy	bảy	(nổi) rậy	(nổi) dậy
chĩu	trĩu	reo (rắc)	gieo (rắc)
chót	trót	rẻo	dẻo
(băng) dá	(băng) giá	rõi	dõi
(bày) dãi	(bày) giãi	rội	dội
dả (者)	giả (者)	sác	xác
dam	giam	sám	xám
(trôi) dạt	(trôi) giạt	sé	xé
dẫm	giẫm	se (duyên)	xe (duyên)
dậm	giặm	siêu	xiêu
dắn	rắn	sóa	xóa
dản (dị)	giản (dị)	sô	xô
dàn (dưa)	giàn (dưa)	sôn sao	xôn xao
dấu	giấu	sơ sác	xơ xác
(mấy năm)	(mấy năm)	(con) tầu	(con) tàu
dòng	ròng	thẩy	thảy
dùm	giùm	trọn	chọn
(đọa) đầy	(đọa) đày	(lần) trót	(lần) chót
gẫy	gãy	(nơi) trốn	(nơi) chốn
giải	dải	tuyềnh	tuềnh
giạo (ấy)	dạo (ấy)	xá	sá
giầu	giàu	xát	sát
giợn	rợn	xẫm	sẫm
nhẩy	nhảy	xóng (đôi)	sóng (đôi)
rạt	giạt	xong xóng	song sóng
rầm	rằm	xương	sương
rập	dập	xụp	sụp

Hán Tự

Tiêu Đề Cảm Thông

知我者其在青林黑塞間乎

Bồ Tùng Linh: *Tri ngã giả, kỳ tại thanh lâm hắc tái gian hồ*

Mộng Lý Bạch

魂來楓林青

魂返關塞黑

thơ Đỗ Phủ
   Hồn lai phong lâm thanh
   Hồn phản quan tái hắc

Vũ Hoàng Chương dịch
   Hồn về xanh biếc rừng phong
   Hồn đi quan ải mơ mòng tối đen

Liêu Trai Đề Từ

Mây trang 8

料應厭作人間語

愛聽秋墳鬼唱詩

thơ Vương Ngư Dương
Liệu ưng yếm tác nhân gian ngữ
Ái thính thu phần quỷ xướng thi

Vũ Hoàng Chương dịch
Giọng đời chán ngắt! Mồ thu lắng
Thơ gái ma ngâm, mình thấy si!
Chép từ tùy bút "*Ba tiếng đứt ruột*" trong tạp chí **Bách Khoa** số 382

Một số tài liệu lại đưa ra các bản dịch khác cũng cho là do Vũ Hoàng Chương, nhưng chưa kiểm chứng được
Chuyện đời chừng đã đầy ngao ngán
Thích lắng mồ thu quỷ đọc thơ
và
Giọng đời chán ngấy người lên được
Tiếng quỷ mồ thu hát thấy ưa

Tỳ Bà Hành

Mây trang 13

同是天涯淪落人

thơ Bạch Cư Dị
Đồng thị thiên nhai luân lạc nhân

Phan Huy Vịnh (hoặc Phan Huy Thực) dịch
Cùng một lứa bên trời lận đận

Tỳ Bà Hành

潯陽江頭夜送客

thơ Bạch Cư Dị
Tâm Dương giang đầu dạ tống khách

Phan Huy Vịnh (hoặc Phan Huy Thực) dịch
Bến Tầm Dương canh khuya đưa khách

Lực Bạt Sơn Tháo

時不利兮騅不逝

thơ Tây Sở Bá Vương
Thời bất lợi hề truy bất thệ
nghĩa
Đã hết thời nên ngựa Truy cũng chùn bước

Cổ Bồn Ca

噫是何人我誰是

Trang Tử, trong *Cổ Bồn Ca*
Y! Thị hà nhân? Ngã thị thùy?

Vũ Hoàng Chương đã dịch trong bài này
Ta có là ta chăng hề *ai chứ là ngươi!*

Nhạc

U Tình

thơ Vũ Hoàng Chương

Võ Tá Hân phổ nhạc

♩ = 100

Anh   biết   em   từ   độ   em   mới   tuổi   mười   hai   Anh

yêu   em   từ   thuở   em   còn   tóc   xõa   vai   Tháng

ngày   đi   mau   quá   chốc   đã   sáu   năm   trời   Tình

anh   vẫn   chưa   hiểu   chưa   là   không   em   ơi...   Em

vẫn   tin   anh   lắm   em   vẫn   mến   anh   nhiều   Nhưng

em   tin   em   mến   đâu   phải   là   em   yêu   Trái

tim hờ hững ấy đâu thổn thức vì anh Anh

cũng chẳng hề muốn van xin một ái tình Cho

nên dòng lệ rơi thấm ướt những trang đời xóa

nhòa hi vọng cũ hoen ố cả ngày mai Lòng

anh đần uống cạn đến cuối giọt yêu đương Chỉ

còn của dĩ vãng một dư vị chán chường

N.K. tạm ký âm

Giấy Ủy Quyền

Giấy ủy quyền

Tôi đứng tên chữ bị dưới đây là: Vũ hoàng Tuấn
sinh ngày 17.1.1956 tại Saigon. Giấy
Chứng minh nhân dân số 020072802
thường trú ngụ tại số: 92/7H, đường
Đỗ viết nghệ tỉnh, phường 21, Quận Bình
Thạnh, thành phố Hồ Chí Minh Việtnam
Tôi nguyên là con của Ông Vũ Hoàng
Chương (1915 - 1976) và Bà Đinh
thị Thục Oanh (1919 - 2005).

Mục đích thiết lập giấy Ủy quyền
này là dành cho Ông: Trần Ngọc Khôi
được in lại những tác phẩm của Cha
Tôi là Thi sỹ Vũ hoàng Chương. Việc
in ấn đó sẽ được thực hiện tại Hoakỳ
. Mọi tranh chấp hay mạo nhận
danh nghĩa Gia đình chúng Tôi hoàn
toàn không được chấp nhận
12.6.2008. Con trai duy nhất của Thi Sỹ

VŨ HOÀNG TUẤN